व्यंकटेश माडगूळकर

I0678656

माणदेशी माणसं

श ब्द चि त्रे

मेहता पब्लिशिंग हाऊस

MANDESHI MANASA by
VYANKATESH MADGULKAR

माणदेशी माणसं । व्यक्तिचित्रण
व्यंकटेश माडगूळकर

© ज्ञानदा नाईक

मराठी पुस्तक प्रकाशनाचे हक्क
मेहता पब्लिशिंग हाऊस, पुणे.

प्रकाशक
सुनील अनिल मेहता
मेहता पब्लिशिंग हाऊस,
१९४१, सदाशिव पेठ,
माडीवाले कॉलनी, पुणे - ३०.
फोन : ०२०-२४४७६९२४
Website
www.mehtapublishinghouse.com

अक्षरजुळणी
इफेक्ट्स, २१/६ब, आयडिअल कॉलनी,
कोथरूड, पुणे - ३८.

मुखपृष्ठ,मांडणी व रेखाचित्रे
चंद्रमोहन कुलकर्णी

मुखपृष्ठावरील लेखकाचे छायाचित्र
शेखर गोडबोले

प्रकाशनकाल
१९४९ / १९५६ / १९५९ /
१९६२ /१९७२ / १९८४ /
१९९२ / १९९४ /१९९७ /
१९९९ / २००२ / २००८ /
मेहता पब्लिशिंग हाऊस यांची तेरावी
आवृत्ती मे, २०१२ / डिसेंबर, २०१२ /
नोव्हेंबर, २०१३ / जानेवारी, २०१५ /
ऑगस्ट, २०१६ / ऑक्टोबर, २०१७ /
ऑगस्ट, २०१८ /
पुनर्मुद्रण : डिसेंबर, २०१८

P Book ISBN 9788184983630
E Book ISBN 9789386745675

E Books available on :
play.google.com/store/books
www.amazon.in/b?node=15513892031

ती. अण्णा (ग. दि. माडगूळकर)
आणि
सौ. वहिनी यांना

अनुक्रम

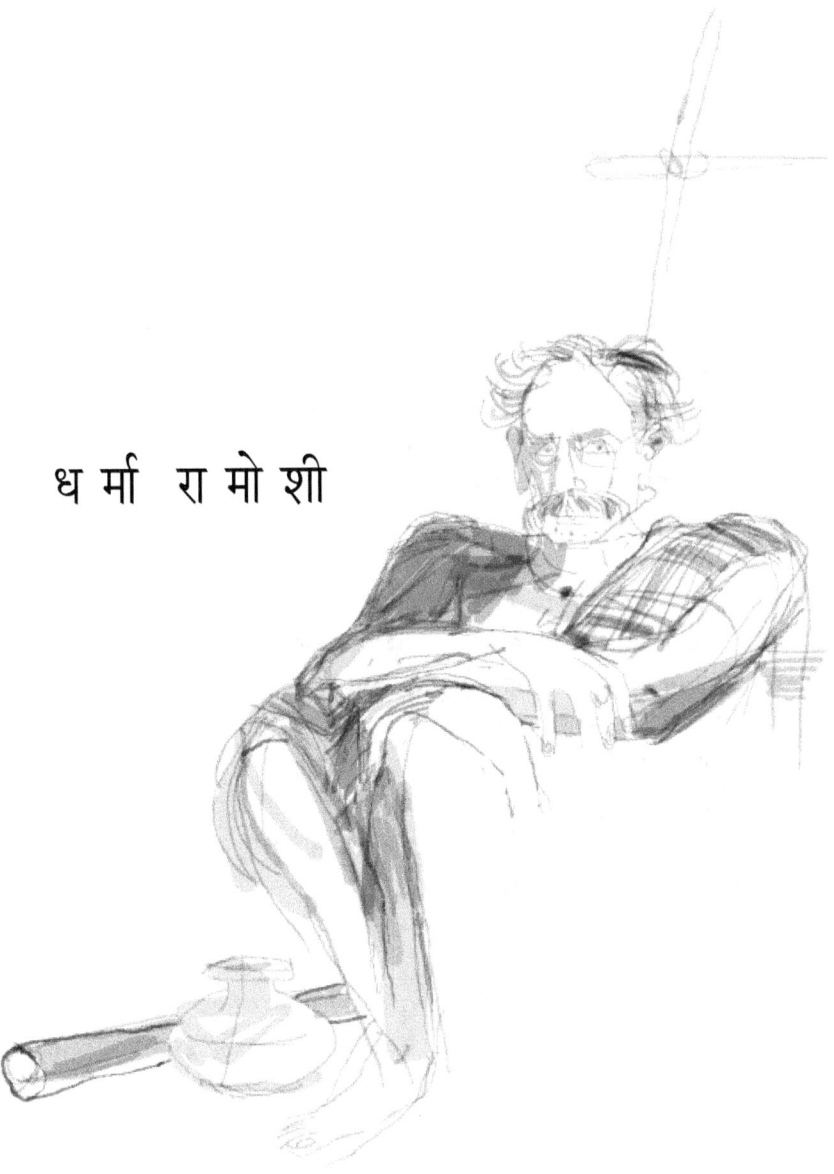

१

धर्मा रामोशी

सांज व्हावी. ऊन-सावली परस्परांत मिसळून विसावावी. गुरं-वासरं रानातून घरी परतावीत. दिवसभर शेपट्या नाचवत, चिवचिवाट करत भिरभिरणाऱ्या चिमण्या वळचणीत शिराव्यात. घराघरांतून सांजवाती उजळाव्यात. अशा कातर वेळी धोतराचा सोगा खांद्यावर टाकून अंगणातल्या अंगणात शतपावली घालावी. कधी उघड्यावर टाकलेल्या खाटल्यावर पडून हळूहळू उजळणाऱ्या आभाळाकडे पाहावं. कधी तुळशीवृंदावनाच्या कट्ट्यावर बसावं, कधी हाताची घडी छातीशी दुमडून दरवाजात उभं राहावं आणि बाहेरल्या पायरीशी काठी वाजावी. आवाज यावा–

"दळण आणा जी आक्काऽऽ"

धर्माची ही साद मी आज महिना-दीड महिना ऐकतो आहे आणि मनात कष्टी होतो आहे.

धर्मा आता भलताच थकला आहे. कधी काळी खणखणीत-ठणठणीत असलेलं त्याचं शरीर आता विरल्या वस्त्राप्रमाणे जीर्ण झालं आहे. चालताना, उठताना, बसताना त्याला आता घडी-घडी काठीचा आधार घ्यावा लागतो. कानांना नीट ऐकू येत नाही. डोळ्यांना नीट दिसत नाही. गोरटेल्या रंगाचा, नीटस बांध्याचा हा इमानी रामोशी आता थोड्या दिवसांचा सोबती आहे. आयुष्यातले अखेरचे दिवस कसेबसे ढकलतो आहे. हे त्याला माहिती आहे; गावातल्या बहुतेक लोकांना माहिती आहे. नोकरी-धंद्यापायी परगावी राहणाऱ्या आणि वर्षातला एखाद-दुसरा महिना घरी येणाऱ्या माझ्यासारख्यालासुद्धा माहिती आहे; पण ते तीव्रतेनं जाणवलं अगदी अलीकडे! धर्माला अगदी जवळून न्याहाळलं अगदी काल-परवा.

दीड-दोन महिने राहण्यासाठी म्हणून बऱ्याच दिवसांनी मी घरी आलो होतो. शहरी जीवनाची सवय लागल्यामुळे कधी करमेनासं होई. बाहेर पडून चार माणसांत मिसळायलाही नको वाटे. घरातच काहीतरी करत बसे.

असाच एकदा परसात जास्वंदीच्या झाडाला आळं करत बसलो होतो. न्याहारीची वेळ होती. कोवळ्या उन्हात बसून माझा उद्योग चालला होता. बुंध्याशी चांगलं रुंद आळं केलं. पिवळी झालेली, किडलेली पानं खुडून टाकली. आडाचं दोन पोहरे पाणी काढून घातलं. एवढ्यात घाईघाईनं आई आली नि म्हणाली, "आंब बघ कुठं मिळाली तर. तुझ्या चुलत्याच्या पोटात दुखतंय."

मी हात धुऊन उठलो आणि सोप्यावर गेलो. घोंगड्यावर पडून काका कण्हत होते.

"इथं रामोशीवाड्यात बघ, धर्माकडेसुद्धा असेल." पुन्हा आई म्हणाली.

मी बाहेर पडलो आणि रामोशीवाड्याच्या दिशेनं पावलं उचलली. प्रथम धर्माकडे गेलो.

खोपटाच्या बाहेरच धर्मा उन्हाच्या तिरपेला पुढ्यात थाळी घेऊन उघडावाघडा बसला होता. कमरेला केवळ फक्त एक हातभर धडपा होता. काश्याच्या लखलखीत थाळीत कसल्यातरी पालेभाजीचा उकडलेला लगदा आणि तांबड्या रंगाची अर्धी-तीन चतकोर भाकरी होती. बाजूला ठेवलेल्या पाण्याच्या तांब्यावर एक हात ठेवून धर्मा एक-एक घास सावकाश खात होता.

"काय धर्मा, न्याहारी चालली आहे?"

धर्मानं वर पाहिलं. तोंडाजवळ नेलेला घास पुन्हा थाळीत ठेवला आणि अपराध्यागत चेहरा करून तो म्हणाला, "व्हय जी, व्हय जी!"

बसल्या-बसल्याच तो पलीकडे सरकला आणि कोपऱ्यातलं एक तटकर सारखं करत म्हणाला, "टेका हेच्यावर. का येरवाळी पाय वळवलं गरिबाकडं?"

धर्माच्या न्याहारीत आडकाठी आली, म्हणून मीही संकोचलो होतो. उभ्या-उभ्याच बोललो, "टेकत नाही आता धर्मा. हरभऱ्याची आंब काही धरली असलीस, तर दे. काकांच्या पोटात दुखतं आहे. थोडी आंब नि साखर देऊन पाहतो."

"सोताच कशाला हेलपाटा घेतला जी? सांगून धाडलं असतं, निदान उंबऱ्यावर उभं राहून हाळी दिली असती, तर आलो असतो घिऊन." एवढं बोलून धर्मानं दाराकडं तोंड केलं आणि तो बोलला, "बजे, आंबचा शिसा आणून दे धन्यांना."

आत थोडी हालचाल झाली आणि काळासावळा हातच फक्त बाहेर आला. शिसा ठेवून परत दिसेनासा झाला. धांदल होती, म्हणून मी शिसा घेऊन बाहेर पडलो. पण मन विचारात होतं, 'बजा बाहेर का आली नाही? धर्माचं जेवण असलं कसलं?'

माझ्यासारख्या परिचित आणि गावच्या माणसापुढे यायला लाजायला बजा काही पाटला-देशमुखाची नव्हती. 'थाळीभर भाजी आणि चतकोर भाकरी खाऊन धर्मा न्याहारी आटपतो की काय?'

यानंतर एकदा सवडीनं मी धर्माकडे गेलो. सारी चौकशी केली आणि धर्मानंही मोकळ्या मनानं सारं सांगून टाकलं. कापऱ्या आवाजात तो म्हणाला, "घोडं थकलं आता धनी. कामधंदा हुईनासा झाला. चालता हात हुता तवर वला वाळला तुकडा मिळत हुता. आता काय! त्यात हे असं दिस आलं. वंगाळ वंगाळ! भल्याभल्यांना दोपारची भरांत पडलीया, मग आम्हा गरिबांचं काय? दोन सालं झाली, पाऊस नाही; पाणी नाही. दुष्काळ पडलाय आपल्या मुलकात. पाच चिपट्यांची धारण झालीया. का घ्याचं आन् का खायाचं? त्यात बजीला दाल्ल्यानं टाकलीया, तीबी घरी बसलीया!"

"मग पोटापाण्याचं काय करतोस धर्मा?"

"भागवतो कसंतरी कळणाकोंडा करून. कधी रताळं, कधी गाजरं उकडतो

आन् खातो बापलेक. कालच्याला तुम्ही आला तवा पोरीनं तांदळीची भाजी आनली हुती रानातनं वटाभर. ती उकडून, मीठ घालून खाल्ली कोर-कोर भाकरीसंगं. बकऱ्यावानी पालापाचोळा खाऊन जगायचं आलं कपाळी. वंगाळ वंगाळ!''

आतडं तोडून धर्मा बोलत होता. मला भारी वाईट वाटलं. एक वृद्ध रामोशी, ज्यानं माझ्या वाडवडिलांची सेवाचाकरी केली, तो पालेभाजी उकडून खातो आणि दुपारची वेळ भागवतो, हे मला ठाऊकही नसावं?

''असं आहे, तर घरी नाही कधी आलास? बोलला नाहीस? माझ्याकडे राहिलं, आईकडे जाऊन कधी बोललास?''

धर्मानं खाली मान घातली.

''न्हाई बोललो. किती जनांचं बगावं त्येंनी? आभाळ फाटलंया, कुठं म्हणून लागावं ठिगळ?''

धर्माच्या या उत्तरावर मी काय बोलावं? गप्प राहिलो. काही वेळ तोही गप्प राहिला.

''बराय, बघतो मी.'' एवढं बोलून शेवटी मी धर्माचा निरोप घेतला आणि जड मनानं घरी आलो.

संध्याकाळी बसल्या-बसल्याच धर्माची गोष्ट आईपाशी काढली. तशी तीही खूप हळहळली.

''वाईट दिवस आले बघ! गोरगरिबांना उपाशी मरायची पाळी आली. आपल्या गावची कितीक म्हारंपोरं गेली म्हणे गाव सोडून जगायला. पोटासाठी हिंडायची आता दाही दिशांना. तरणेताठे जातील, पण या म्हाताऱ्या धर्मानं कुठं जावं रे?''

''होय, फार थकलाय तो!''

''फार इमानी बघ! एकदा सांगोल्याहून इकडं यायचं होतं. घोडं होतं बरोबर. मी, तुझे वडील आणि थोरला अण्णा. येताना यांनी धर्माला आणला होता सोबतीला. इकडे-तिकडे करता-करता उशीर झाला. अण्णा लहान होता तेव्हा. त्याला पुढे घेऊन मी बसले घोड्यावर आणि हे अन् धर्मा चालू लागले सोबत. तेव्हा चांगला उमेदीत होता तो. घोडं झपाट्यानं काढलं, तरी घरी पोचेपर्यंत दिवेलागण होऊन गेली. घोड्यावरून इकडे-तिकडे करते, तो एकदम ध्यानात आलं आणि केसांत हात गेला. ध्यानात आलं की, येताना खोवलेलं फूल नाही सोन्याचं डोक्यात. वाटेत कुठंतरी सांडलं. जीव हळहळला. कुणाला सांगावं तरी चोरी. धर्मा खोगीर उतरून घोड्यापुढे गवत टाकत होता. त्याला म्हणाले, ''धर्मा, फूल पडलं बाबा वाटेत!''

''त्यावर भाकरीसुद्धा खाल्ली नाही. धांदलीनं मला म्हणाला, ''अक्का, खंदील द्या लावून.''

'''–आणि तशा रात्री ते एवढंसं फूल शोधण्यासाठी पडला बाहेर अंधारात

आणि सांगायचं कारण म्हणजे, चांदणी उगवायला फूल घेऊन आला माझा सासरचा धर्मा नाईक!"

"होय नं आई? अगं, मग या दुष्काळात उपाशी मरतोय तो. पाला उकडून खातो आहे."

"मी बरा उपाशी मरू देईन रे त्याला? मला माहिती नव्हतं. या घरकामाच्या रगाड्यातून सवड कुठे होती मला इकडे-तिकडे पाहायला? पण त्याला सांग, चार-आठ पायली धान्य घेऊन जा म्हणून. आणि त्या बजीला म्हणावं, मोकळी बसू नकोस. रोजचं दळण नेत जा. कुणी दळायला दुसरं मिळत नाही मला. महिन्याच्या महिन्याला तेवढेच पैसे होतील मीठमिरचीला!"

"आई, तिनं दळलेलं दळण चालणार तुला?"

"अरे, एवढा मोठा खटला आहे. गडीमाणसांसाठी रानात पाठवायच्या भाकरी करता येतील त्या पिठाच्या!"

आणि तेव्हापासून धर्मा असा रोज संध्याकाळी दळणासाठी घरी घेऊ लागला. त्याला पाहून मी हळहळू लागलो. संध्याकाळी अंधारातनं चाचपडत येऊन दळण घेऊन जायला त्याला खूप त्रास होई. प्रथम प्रथम तर आमची कुत्री त्याच्या अंगावर धावून जाई. तिला चुकविता-चुकविता धर्मा धडपडे. बाजूच्या भिंताडावर कोलमडे.

त्याचे हे हाल पाहून मी एकदा म्हणालोही, "धर्मा, अरे, हा थकलाभागला देह ओढत रोज येतो-जातोस. घरी बजा आहे. तिला का नाही पाठवून देत?"

त्यावर तो म्हणाला, "कशाची तकलीफ? तसा थकलो नाही अजून. इळाभरात सांगोल्यास जाऊन मागारी येईन. बजीला तुमच्या कुत्र्याचं भ्या वाटतं. नगं म्हणती वाड्यात यायला."

मग मीही जास्त बोललो नाही. नेहमीप्रमाणे धर्मा कडुसं पडल्यावर काठी आपटत येई आणि दळण घेऊन जाई. सकाळी जोतं चढून उन्हं आली म्हणजे पीठ घेऊन येई. मनात आलं, तर कधी अंगणात उन्हाला बसे. कधी माझ्याशी, कधी आईशी चार शब्द बोले आणि निघून जाई. आता त्याचं बरं चाललं होतं.

महिना उलटला. पौषातली थंडी जीव खाऊ लागली. दिवस मावळायला अंगावर चढलेली घोंगडी सकाळी दिवस उगवून न्याहारीची वेळ झाली तरी खाली उतरेना. चावडीपुढे हातभर खड्डा खणून, सुताराच्या मेटावरला चाराचुरा टाकून पेटवलेली शेकोटी दिवस माथ्यावर आला तरी विझेना. पोरंबाळं ठिकठिकाणी काटक्याकुटक्या जमवून शेकोटी करत आणि हातपाय शेकत बसून राहत. तशा विलक्षण थंडीत अंगावर एक फाटकं-तुटकं घोंगडं घेऊन धर्मा सकाळ-संध्याकाळ दळण घेऊन जात होता, पीठ आणून देत होता. सकाळी थोडा वेळ तो उन्हाला बसे. जीर्ण झालेल्या त्याच्या देहाला थंडीचा भारी त्रास होत असावा. त्याला लटलट

कापत जाता-येताना पाहून माझं आतडं तीळतीळ तुटे.

राहावलं नाही म्हणून पुन्हा एकदा मी त्याला सुचविलं, "धर्मा, होत नाही आता तुझ्यानं. बजाला देत जा पाठवून दळणासाठी!"

त्यावर धर्मानं कष्टी नजरेनं एकवार माझ्याकडे पाहिलं. त्याचे लोंबते ओठ थरथरले. त्याला काही बोलायचं असावं. घटकाभर खाली जमिनीकडे बघत तो बसून राहिला. मला अनुभव आहे की, महार-मांग नडलं-अडलं म्हणजे घरी येतात आणि उगीच बसून राहतात. खोदून विचारलं म्हणजे मग हलकेच बोलतात, 'काय न्हाई जी, कोरड्याला कायतरी द्या म्हणून मागाय् आलो हुतो आक्काकडं.' त्यांची अडचण ती केवढी? पण संकोचानं म्हणा किंवा देतील की नाही या भीतीनं म्हणा, ते कधी आल्यासरसे पटकन् बोलून नाही दाखवायचे. म्हणून मी सहानुभूतीच्या स्वरात विचारलं, "गप्प का झालास? काही अडचण आहे का? जोंधळे हवेत का?"

त्यावर खाली पाहतच तो म्हणाला, "न्हाई जी, धोतराचा एखादा धडपा असला तर बघा. लई दिस मागीन मागीन म्हणतोय, पण लाजच वाटायची. थंडीचं गुंडाळायला न्हाई काय!"

"अरे, त्यात कसली लाज? थांब हं, पाहतो मी!"

एवढं बोलून मी आत गेलो. माझं एक वापरायचं बऱ्यापैकी धोतर घेऊन बाहेर आलो आणि त्याच्या अंगावर टाकलं.

"हे घे. चांगलं धड आहे. दोन-तीन महिने सहज जाईल तुला!" ते उचलून घेऊन धर्मा हळूहळू दिसेनासा झाला.

त्यानंतर दुसऱ्या दिवशी काही कामानिमित्त मी परगावी गेलो. तीन-चार दिवसांनी परत आलो. सकाळी पाहतो, तो धर्माऐवजी बजा आलेली पीठ द्यायला!

मला पाहताच तिनं पदर ओढला आणि तोंड बाजूला केलं. मी बोलणार होतो की, काय गं बजा, इतके दिवस त्या म्हाताऱ्याला का दिलास त्रास? पण तसं न बोलता म्हणालो, "आज तू आलीस दळण न्यायला? धर्मा बरा आहे ना?"

तिनं मान हलवली आणि म्हणाली, "जी, बरा हाय."

आणि इतके दिवस बजा दळण नेण्यासाठी का येत नव्हती, आंबेचा शिसा देताना ती बाहेर का आली नव्हती याचं कारण मला कळलं!

बजाच्या अंगावर मी धर्माला दिलेलं धोतर होतं! लुगड्यासारखा तिनं त्याचा उपयोग केला होता.

■

झेल्या

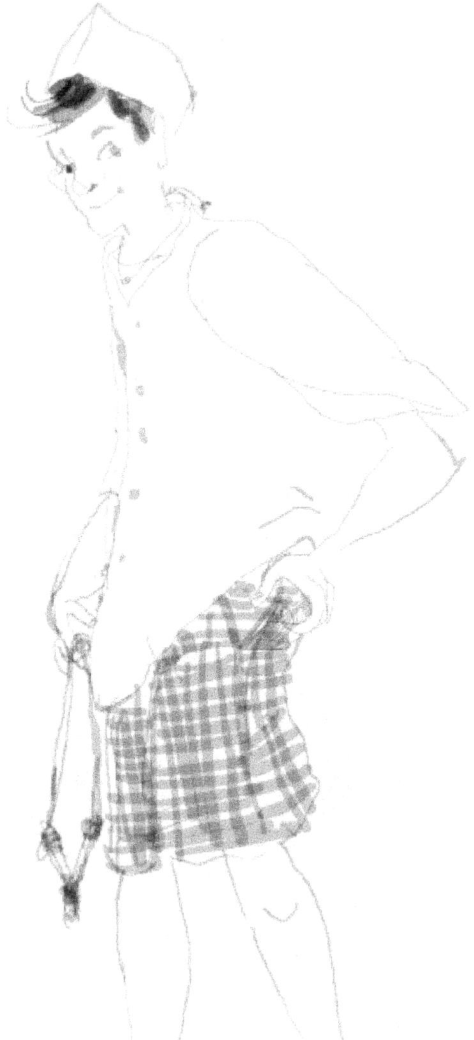

आता माझ्या आयुष्याला अगदी वेगळं वळण लागलं आहे. इतकं की, कधी काळी माणदेशातल्या निंबवडे नावाच्या खेड्यात मी शिक्षक होतो, मला महिन्याकाठी पंचवीस रुपये पगार मिळत होता, मराठी दुसरी आणि तिसरीचे वर्ग माझ्याकडे होते आणि तीन महिने ज्ञानदानाचं पुण्यकर्म मी इमानेइतबारे करत होतो या साऱ्या गोष्टी मी विसरून जाव्यात. त्यांची कधी आठवणही मला होऊ नये; पण इतके दिवस लोटले, तरी ते दिवस माझ्या आठवणीत आहेत, याचं कारण झेल्या – लोहाराचा एक पोर! माझा एक विद्यार्थी!

पहिल्याच दिवशी सांधे खिळखिळे झालेल्या लाकडी खुर्चीवर मी बेतानं बसलो आणि एकवार साऱ्या वर्गावरून नजर फिरवली. पाटी, पुस्तकं, फडक्यात बांधलेली दप्तरं किंवा लहान-सहान पत्रासाच्या पेट्या पुढ्यात घेऊन चिल्लीपिल्ली डोळे विस्फारून बसली होती. नवे मास्तर मारकुटे आहेत की चांगले आहेत, ते सारखे हिशेब आणि गणितं सांगतात की अधूनमधून गोष्टीसुद्धा सांगतात, सारखं मोडीवाचन घेतात की गाणीसुद्धा म्हणायला लावतात? असे विचार त्या चिमण्या डोक्यातून उड्या मारत असावेत.

मी एकवार हळूच हसलो. टेबलावर रुळाखाली ठेवलेली हजेरी उघडली, चिनीमातीच्या दौतीत टाक बुडवला आणि म्हणालो, ''हं, हजेरी सांगा रे!''

साधारणत: मराठी शाळेतले शिक्षक ज्या आवाजात हे वाक्य म्हणतात, तसा आवाजात मी काढला होता. हजेरीवरची नावं वाचू लागलो, ''सदाशिव नारायण न्हावी!''

आढ्याशी भिरभिरणाऱ्या चिमणीकडं पाहणारं पहिल्या नंबरचं एक पोरगं दचकलं. टोपी सावरून अर्धवट उभं राहत ओरडलं, ''हजर.''

मी त्याच्या नावापुढे एक आकडा टाकला.

''अब्दुल फत्तूभाई मुलाणी!''

लाल टोपीचा गोंडा हलला आणि चिरका आवाज उठला, ''हजर.''

''नामदेव तुकाराम माळी.''

हे नाव वाचताच दोन-तीन पोरं एकदम ओरडली, ''गैरऽऽ''

त्या नावापुढे मी फुली घातली. मराठी दुसऱ्या वर्गात एकूण बारा मुलं होती. शेवटचं नाव मी वाचलं, ''जालंदर एकनाथ लोहार!''

आणि पुन्हा पोरं ओरडली, ''गैर हाय मास्तर.''

''लई दिस झालं! मास्तर, त्यो साळंतच येत न्हाई!''

खरंच, त्या नावापुढे साऱ्या फुल्याच होत्या.

''का येत नाही रे?'' मी विचारलं.

"कुनाला ठावं मास्तर! आनू जाऊ का बोलावून?" एक जणानं विचारलं.

"घरी न्हाई त्यो, वड्यात चिचा पाडतोय मास्तर!" दुसऱ्या एकानं अचूक माहिती सांगितली. पोरांचा एकच गिल्ला चालू झाला, तसा मी रूळ टेबलावर आपटला. गोंगाट बंद झाला. तिसरीची झाल्यावर दुसरीची हजेरी घेतली आणि मग तीन चांगली दणकट पोरं जालंदरला बोलावून आणण्यासाठी पाठवून दिली. मोठ्या वीरश्रीनं ती गेली. खेड्यातल्या शाळेत हे नेहमीच चालतं. मुलगा गैरहजर असला म्हणजे शिक्षकानं त्याला बोलवण्यासाठी मुलं पाठवायची, त्यांनी नाही तिथून त्याला शोधून पकडून आणून शिक्षकापुढे उभं करायचं. त्यानं हिरवा-पिवळा होईपर्यंत त्या पोराला मारायचा आणि सांगायचं, "आता गैर राहिलास, तर याद राख! उलटा टांगीन!"

वेळापत्रक पाहिलं आणि मी मुलांना गणितं सांगू लागलो. पंधरा-वीस मिनिटं झाली असतील-नसतील, तो ती मुलं जालंदरला घेऊन आली. तो हिसकाहिसकी करत होता आणि पोरांनी त्याचे दंड घट्ट पकडले होते.

"सोडा त्याला. कुठं होतास रे?"

"वड्यात चिचा पाडत हुता. आमी साळंत चल म्हनल्यावर आईभनीवरनं शिव्या दिल्या मास्तर!" पोरांनी माहिती दिली. बटण नसलेल्या कुडत्याला एक हातानं गळ्याशी धरून झेल्या – जालंदरचा हा अपभ्रंश बिथरल्या खोंडासारखा उभा होता. अंगानं किरकोळच. वयानंही फारसा नसावा. तेरा-चौदा एवढा. डोक्याला मळकट अशी पांढरी टोपी. अंगात कसले कसले डाग पडलेलं, मळलेलं, बाहीवर ठिगळ लावलेलं हातमागाच्या कापडाचं कुडतं; त्याला शोभेलशीच तांबड्या रंगाची चौकडे असलेली गादीपाटाची चड्डी! तिचे दोन्ही अंगचे खिसे फुगलेले. त्यांत बहुधा चिंचा भरलेल्या असाव्यात.

सौम्य आवाजात मी विचारलं, "काय रे, शाळेत का येत नाहीस?"

"काम असतं घरी." गुर्मीत झेल्या बोलला. त्याचे दात काळे आणि किडलेले होते.

"कसलं?"

"म्हस हिंडवावी लागती. भाता वडावा लागतो. दादा म्हणतो, साळंत जाऊ नगंस!"

झेल्याची ही सबब खोटी होती. कारण पहिल्या नंबरला असलेला न्हाव्याचा सदा एकदम बोलला, "लबाड बोलतोस! कायसुदीक करीत न्हाई ह्यो घरी. बापाला सांगतो, साळंत मास्तर मारत्याती म्हनून अन् गावात उनाडक्या करीत हिंडतो! काय ऐकत न्हाई बापाचं!"

त्यावर झेल्यानं रागरागानं सदाकडे बघितलं आणि तो तोंडातल्या तोंडात

पुटपुटला – ''चल की साळंबाहेर, जीवच घेतो तुजा!''

झेल्याचा उनाडपणा, गुंडगिरी आणि धाडस श्रेष्ठ असल्याची माझी खात्री पटली, तरीसुद्धा मवाळपणानं मी म्हणालो, ''अरे, काम असलं, तर विचारून जावं तेवढ्यापुरतं. मी काही नाही म्हणणार नाही तुला.''

झेल्याचा हिशेब चुकल्याचं त्याच्या चेहऱ्यावर दिसत होतं. फोका आणि कानफाडात घेण्याच्या तयारीनं तो आला होता; पण मी प्रथमपासूनच पड घेतली होती.

''खिशात काय आहे तुझ्या?''

इतका वेळ बटणाच्या अभावी धरलेली मूठ एकदम सुटली आणि दोन्ही हात झेल्यानं खिशात कोंबले.

''काय न्हाई.''

''चिचा हायत्या मास्तर!'' असं ओरडून एक पोरगं जागेवरून उठून पुढं आलं आणि झेल्याच्या खिशात कोंबलेले हात हिसकू लागलं, तसा तो केवढ्यातरी मोठ्यांदा ओरडला, ''अगं आय आय गं! बोट मुरगाळलं माजं!''

मला माहिती होतं की, हा शुद्ध कांगावा होता. ''तू बाजूला हो रे! जागेवर बैस बघू!'' मी त्या पोराला दटावला आणि झेल्याला पुन्हा म्हणालो, ''झेल्या, काढ बघू काय आहे ते खिशात. चिंचा आहेत का? आण त्या. ठेव टेबलावर. मला हव्यात घरी न्यायला!''

काही वेळ तो तसाच उभा राहिला आणि मग बोलला, ''समद्या?''

''हो. आधी सगळ्या काढून टेबलावर तरी ठेव. मग मी लागेल तेवढ्या घेतो आणि तुला देतो राहिलेल्या!''

हिरव्यागार चिंचांचे मोठमोठे आकडे खिशातून भराभर काढून झेल्यानं टेबलावर ठेवले.

''शाबास जालंदर! मास्तरांचं ऐकणारा शहाणा मुलगा आहेस तू. बैस आता जाग्यावर. शाळा सुटल्यावर तुला देईन मी त्यातल्या चिंचा.''

किडके दात न दाखवता झेल्या खुशीनं हसला. त्यानं एकवार चड्डी दोन्ही हातांनी वर ओढली. टोपी कपाळावर ओढली आणि कुडत्याचा मोकळा गळा मुठीत पकडून तो जागेवर जाऊन बसला. मग सर्वांना पुढे येऊन बसायला सांगून मी सिंदबादची गोष्ट मुलांना सांगू लागलो. हिऱ्यामाणकांनी भरलेली दरी, झाडाच्या खोडाएवढे पाय असलेले पक्षी आणि हत्तीलासुद्धा गिळणारे साप... सगळी मुलं ऐकण्यात रंगून गेली. डोळे विस्फारलेले, कान टवकारलेले. सगळे रंगलेले, गुंगलेले. मी झेल्याकडे पाहिलं.

एका मुलाच्या अंगरख्याची मागली बाजू आणि कुणाच्या तरी दप्तराच्या फडक्याचं टोक यांची गाठ तो हलक्या हातानं मारत होता. सर्वांना चुकवून आपण

काय गंमत करतोय, म्हणून झालेला आनंद त्याच्या डोळ्यांत मावत नव्हता!

दुसऱ्या दिवशी झेल्या पुन्हा गैरहजर राहिला. पहिल्या दिवसाची पुन्हा उजळणी करून त्याला बोलावून आणला, पण मी त्याच्यावर कधीच रागावलो नाही. एक आठवडा असा लोटला आणि मग मात्र झेल्या नियमित शाळेत येऊ लागला. माझ्या वागणुकीवर तो खूश होता. शाळेत त्यानं कितीही व्रात्यपणा केला, खोड्या केल्या तरी मी केवळ हसायचो. मुळात झेल्या हा एक चुणचुणीत पोरगा होता, हे मला कळून चुकलं होतं. त्याच्या कोवळ्या मनावर संस्कार मात्र चांगले झाले नव्हते. त्याच्या व्रात्यपणात, खोड्यांतसुद्धा बुद्धीची चमक असे. कल्पकता असे. हळूहळू झेल्या माझा अगदी पट्टशिष्य झाला.

शाळेच्या पिछाडीला असलेल्या एका अंधाऱ्या खोलीत मी राहत असे. सकाळी उठावं, धोतर आणि कळशी घेऊन ओढ्यावर जावं, अंघोळ करावी आणि येताना कळशीही भरून घेऊन यावी. चहा करून घ्यावा आणि शाळेला जावं. पुन्हा दहा वाजता शाळा सुटली की, चूल पेटवावी, मूठभर तांदूळ उकडावेत, दुधा-ताकाबरोबर चार घास खावेत आणि पुन्हा शाळेला जावं. संध्याकाळी दुपारचा उरलेलाच भात. तोही नसला, तर चार पैशांचे चणे-मुरमुरे, माप-दोन माप दूध घ्यावं आणि घोंगडी पसरून पडावं. अगदीच उदास, एकलकोंडं वाटू लागलं, तर रॉकेल तेलाच्या चिमणीच्या प्रकाशात काही वाचावं. घोंगडीवर पडल्या-पडल्याच या दुःखमय आयुष्याचा विचार करावा. कुठला माणूस कुठंतरी फेकला गेला होता आणि काहीतरी करून कसंतरी जगत होता.

या एकलकोंडीत झेल्या माझा साथीदार झाला. झोपायला तो माझ्या खोलीत येऊ लागला. त्याच्या बालबुद्धीला पडलेले प्रश्न ऐकून हसण्यात, उत्तरं देण्यात जिवाला थोडा विरंगुळा वाटू लागला. कुठंतरी ऐकलेले विषय त्याच्या डोक्यात असत आणि ते माझ्यापाशी येऊन तो बोले. कधी त्याचे प्रश्न असे असत की, मी चकित होऊन जाई. एकदा तो अगदी गंभीरपणानं बोलला, ''मास्तर, मी तालुक्याच्या गावी जानार हाय उद्या.''

''का रे?''

''फौजदाराला मारायला!''

''ठीक. काय केलं रे त्यानं तुझं?''

''झेंडा घेऊन 'गांधी की जय' म्हनलं म्हंजे त्याचं पित्तं का बरं उठतं? मी जानार हाय आन् राती त्यो निजला म्हंजे सळई तापवून त्येच्या डोळ्यात खुपसनार हाय!''

ते दिवस ऐन चळवळीचे होते, बेचाळीस-त्रेचाळीसचे. पोलिसांच्या अत्याचाराच्या बातम्या घडी-घडी कानावर येत. झेल्यानं कुठं कोण बोलताना ऐकलं होतं, कोण जाणे!

कधी सुभाषबाबूंविषयी, तर कधी नाना पाटलांविषयी तो नाना प्रश्न मला विचारी. त्याला धाडसी माणसं फार प्रिय होती. त्यांच्याविषयी त्या बालमनात अपार आदर होता. असंच एकदा पूर्वी शाळेत न येण्याचं कारण मोठ्या रसाळ भाषेत त्यानं मला सांगितलं, "मास्तर, तुमच्या अगुदर हुता त्यो टर्का मास्तर भारी मारकुटा. हात भारी लागायचा त्याचा! जवातवा फडाफड मारायचा. एकदा मी आन् मांगाचा बाळ्या पडकात विडी वडत हुतो, त्ये त्यानं बघतलं. दुसऱ्या दिवशी पोरांकडून मला हुडकून साळंत नेलं आन् चांगली वावभर लांबीची चिचंची फोक घेऊन दातीखाती येऊन हानली. काय सांगू मास्तर, माज्या समद्या कमरंला वेढा आला, इतकी फोक लवचिक आन् लांबार हुती! मनगटाएवढं वळ समद्या अंगावर उठलं हुतं. मीबी साळंतच त्येला आईभनीवरनं शिव्या दिल्या. त्यो जसा मारायचा, तसा मी शिवी द्याचा. तेवढा मार खाल्ला आन् पुन्हा हाणकाबिगार साळंत गेलोच न्हाई!"

झेल्याचा हा पराक्रम ऐकून मी थंड झालो.

"म्हणजे, विड्या ओढतोय म्हण की तू!"

सांगण्याच्या भरात झेल्या बोलून गेला होता. ती जाणीव होताच तो ओशाळला. तरी खाली मान घालून म्हणतो काय, "थंडीचं कदी कदी वडतो मास्तर."

त्यावर मास्तर काय बोलणार?

पुढे-पुढे झेल्याची मला हरघडी मदत होऊ लागली. हातावर पाणी पडताच तो माझ्या खोलीवर येई. कधी लाकुडफाटा संपला की, ते ध्यानात यायचा अवकाश; बाहेर पडे आणि काटक्याकुटक्यांची मोळी डोक्यावर घेऊन येई. या कामात शाळेतली आणखी चार पोरं तो मदतीला घेई. खोली उखणली की, ती माझ्या नकळत सारवून घ्यावी. पाण्याची कळशी भरून ठेवावी. भांडी घासावीत. बाजार करावा. झेल्या पडेल ते काम करी. सकाळ-संध्याकाळ शेजारच्या वस्तीवरून दूध घेऊन यायचं कामही तो बिनचूक करी. प्रथम प्रथम मला संकोच वाटे. पण झेल्याचा माझ्यावर खराच जीव होता, तो या गोष्टी माझ्यावरील भक्तीखातर करतो, हे कळून आल्यावर तो वाटेनासा झाला. एवढं करून पुन्हा तो अभ्यासाकडेही लक्ष पुरवू लागला.

हां-हां म्हणता तीन महिने संपून गेले. मी कायम नोकर नव्हतो. तात्पुरता, तीन महिन्यांपुरता होतो. झेल्याला मारणाऱ्या मास्तरांच्या बदलीवर आलो होतो. ते पुन्हा आपल्या नोकरीवर रुजू होणार होते आणि पोटाची टीचभर खळगी भरण्याची कुठं चाकरी मिळते, याच्या शोधात मी पुन्हा वणवण भटकणार होतो.

मी झेल्यापाशी माझ्या जाण्याचं बोललो. तो क्षणभर खिन्न झाला, गप्प बसला आणि एकाएकी म्हणाला, "मी येतो मास्तर तुमच्यासंगं!"

कुठं येणार होता तो माझ्याबरोबर? मी कुठं जाणार होतो, हे माझं मलाच

माहिती नव्हतं, तर त्याला मी कुठं घेऊन जाणार होतो? मी हसलो आणि म्हणालो, "अरे, वेडा काय तू! मी कुठं जाणार नाही. तालुक्याच्या गावी मोठ्या शाळेत मास्तर होणार आहे. तू इथं चार इयत्ता शीक आणि तिकडे ये, माझ्या वर्गात ये. सातवी पास हो, इंग्रजी शीक!"

मी सारं खोटं बोललो. झेल्याच्या बालबुद्धीचं समाधान झालं.

मी सामानाची आवराआवर केली. होतं कुठं सामान? चार भांडीकुंडी – तीही इथूनतिथून मागून आणलेली; ती परत केली. अंथरुणा-पांघरुणाची वळकटी केली. कपडे पिशवीत घातले. हे सारं करताना झेल्या मदत करत होता. इकडून तिकडे घोटाळत होता. एक तांबड्या दांडीचा टाक, पेन्सिल आणि चाकू एवढे जिन्नस माझी आठवण म्हणून मी झेल्याला दिले.

शेवटी निघालो. सर्वांना भेटलो. मुलांचा निरोप घेतला आणि निघालो पायी-पायीच. चार मुलं घालवायला वेशीपर्यंत आली आणि परतली. झेल्या परतला नाही. एक पिशवी घेऊन तो माझ्याबरोबर चालतच होता. कुणीच बोलत नव्हतं. ऊन तापू लागलं होतं. मी माझी वाट तुडवत होतो आणि माझ्या कडेकडेनं येण्याचा अट्टहास झेल्या करत होता.

गावचा ओढा ओलांडला. निंबवड्याची हद्द संपली. पालवी झडलेल्या पिंपरणीखाली आलो.

"झेल्या, जा तू आता." मी त्याच्या हातातून पिशवी घेतली आणि पाठीवरून हात फिरविला.

झेल्यानं एकाएकी ओंजळीत तोंड झाकलं आणि तो रडू लागला, "मास्तर, मी न्हाई जायाचा आता त्या साळंत!"

त्या निर्जन पाऊलवाटेला, पालवी झडलेल्या पिंपरणीखाली झेल्या माझ्या गळ्यात पडून रडरड रडला. त्याची समजूत काढून मी त्याला परत पाठवला. अंगरख्याच्या बाहीनं तो वरचेवर डोळे पुशीत होता आणि मागं वळून पाहत होता.

मी पिंपरणीखाली त्याच्याकडे पाहत उभा होतो. पाऊलवाटेची वळणं घेऊन अखेर झाडाझुडुपाआड तो दिसेनासा झाला. तोंड वळवून मीही चालू लागलो.

त्यावर झेल्या मला कधी भेटला नाही. तो आता कुठं असेल? कसा असेल? शिकला-सवरला असेल? चार पैसे मिळवू लागला असेल? मोठा सुखी आणि समाधानी असेल? छे! ही शक्यता अगदीच कमी. झेल्या पुन्हा शाळेची पायरीही चढला नसेल. ही चार-सहा वर्षं त्यानं अशी उंडरण्यात, खोड्या करण्यात टवऱ्यासारखी घालवली असतील. आणि आता फार झालं, तर कधीमधी तो भात्यावर बसत असेल; उघडावाघडा, घामानं डबडबलेला! त्याची काळीसावळी बायको कपाळावरला घाम पुशीत भाता ओढत असेल. घरात एखादं खिडम पोरगं किंचाळत असेल.

आणि धगधगत्या आगीपुढे बसून विडी फुंकीत झेल्या खेकसत असेल – ''अगं ए, नरड्यात पार कोंब त्येच्या! का जीव सोडलाय?'' बस्स! हेच असेल झेल्याचं जीवन आणि शेवटपर्यंत ते असंच राहीलही!

■

३

रामा मैलकुली

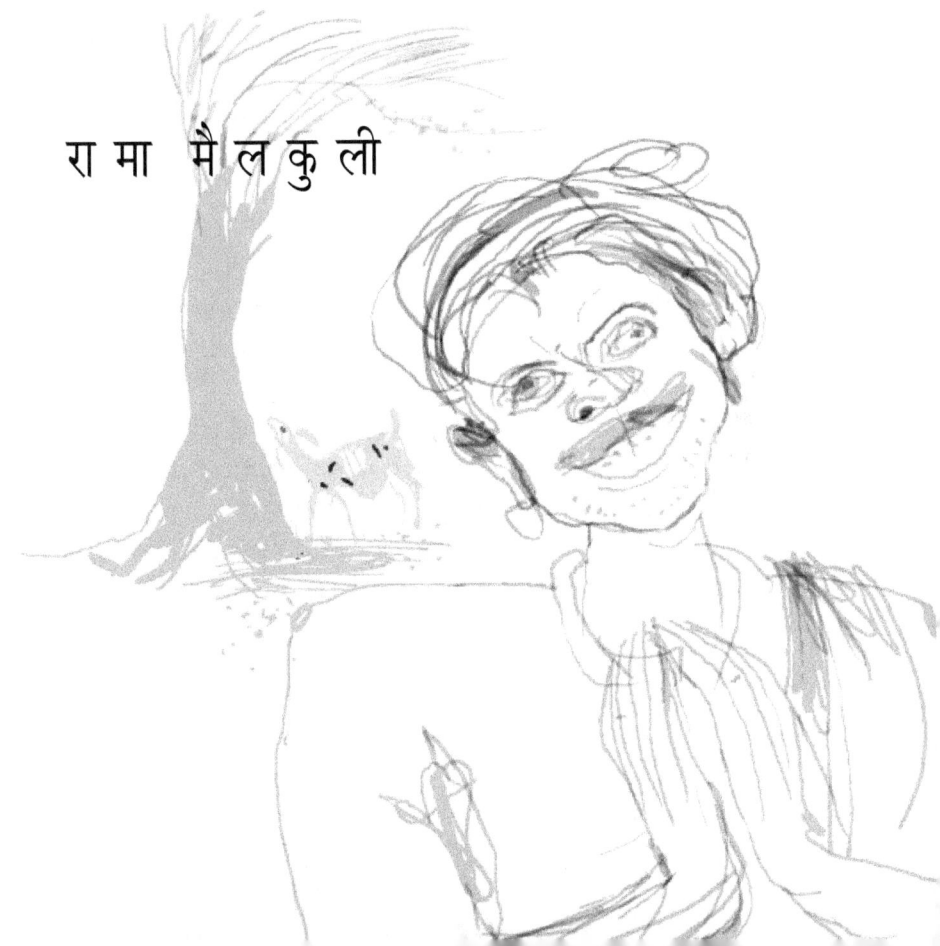

सर्व्हिस मोटारीतून खाली उतरलो आणि गावात शिरलो. व्हरलवाडा शोधून काढायला वेळ लागला नाही, पण रामाचं घर नेमकं मिळण्यासाठी कुणालातरी विचारायला पाहिजे होतं. पोराठोरांना विचारूनही फायदा नव्हता. म्हणून खिंडारं ओलांडत कुणी जाणता माणूस दिसतो का, ते पाहू लागलो.

काडानं शेकारलेल्या एका खोपटाच्या पुढच्या बाजूला फाटक्यातुटक्या पायताणांच्या पसाऱ्यात एक म्हातारा दिसला. खाली बघून तो तुटक्या पायताणाला सळ घालीत होता. मी जवळ जाऊन उभा राहिलो, तरी त्याला दाद नव्हती.

"बाबा, रामा व्हरलाचं खोपाट कोणतं?"

काम थांबवून त्यानं वर पाहिलं. डाव्या हाताची दोन बोटं ओठावर ठेवून, तोंड बाजूला करून थुंक टाकली आणि डोळे झाकून हनुवटीला झटका देत तो म्हणाला, "कोन म्हनालासा?"

"रामा व्हरल!"

"व्हय, पण रामा कंचा? खंडूचा रामा का त्यो धोंडी म्हातारीचा?"

होय, साऱ्या व्हरलवाड्यात रामा अनेक असण्याचा संभव होता, पण मला केवळ रामाचं 'रामा' नावच माहिती होतं. त्यावरून बोध व्हावा कसा?

"ते काही ठाऊक नाही. तो रामा मैलकुल्याचं काम बघतो बघा!"

"हा, असं बोला की! तुमी कुटनं आटपाडीकडनं आला?"

"होय."

"सडकंच काम बघनारं अम्मलदार हायसा?"

"होय."

"हा, असं जावा या बोळातनं. त्यो शेवग्याचा डहाळा दिसतुया, ततं हाय रामाचं घर." आणि पुन्हा खाली मुंडी घालून त्यानं आपलं काम सुरू केलं. मी बोळातून आत शिरलो.

शेवग्याचं शेलाटं झाड लागल्यावर त्या खोपटासमोर उभा राहिलो. बाहेरच्या बाजूला दगडावर बसून एक काळीशार बाई पिठानं भरलेली पितळी विसळत होती आणि तिच्या खांद्यावर हात ठेवून पाच-सहा वर्षांचं शेंबडं पोरगं हातातला तांबड्या भाकरीचा तुकडा तोडून-तोडून खात होतं. मी आलेला पाहताच तोंडातला घास त्यानं गटकन गिळला आणि आईचा पदर ओढून बोलला, "ए आये, कोण आलाया बग!"

आईनं वळून पाहिलं. जुनेऱ्याचा बुरखा तोंडावरून सर्रकन ओढून घेतला आणि ठणठणीत आवाजात विचारलं, "काय वं?"

"रामा मैलकुली इथंच राहतो ना?"

“व्हय व्हय. आत्ताच मोटारीकडं गेलाया. कोण अम्मलदार येणार हाय!”

“होय का? मी आलो त्याच्याकडे आणि तो गेला मोटारीकडे!”

तिनं डोळे विस्फारले. अम्मलदार घराकडे आले, या जाणिवेनं ती गोंधळली. पोराच्या उघड्या पाठीवर धपका घालून खासगी आवाज काढून बोलली, “जा रं मोटारपाशी. मामाला म्हनावं, अम्मलदार आल्याती.”

पोरगा लाजला आणि आईच्या पाठीमागे दडत म्हणाला, “आऽ मी न्हाय जा!”

पण एवढ्यात मुंडाशाचं टोक खोचीत रामा तरातरा आलाच. कपाळाला हात लावून म्हणाला, “म्हाराऽऽज.”

“रामराम. तूच का रामा?”

“व्हय जी, मीच. मिस्तरीनं कालच सांगितलं हुतं तुमी येणार, म्हनून मोटारीपाशी बघाय गेलु हुतो.”

“मग चलतोस ना? दिवस वर आलाय चांगला.”

“व्हय, चला की! भाकरी बांध गं. टेका की.”

रामाचं खोपट भारीच बुटकं होतं. आत वाकून शिरून मी बाहेरल्या छपराच्या मेढीला टेकून बसलो. रामा धांदलीनं पुन्हा कुठंसा निघून गेला!

आतल्या अंधाऱ्या जागेत रामाची बहीण काही करू लागली. पोरगा वरचेवर डोकावून माझ्याकडे पाहत असावा.

खालची जमीन खडबडीत होती. कुठं खड्डे पडले होते, तर कुठं मुरमाचे धोंडे वर आले होते. बाहेरल्या बाजूलाच पाण्याचा रांजण रोवला होता. त्याच्यावर लाकडाचं झाकण होतं. पलीकडे चिपाडाचा आणि काटक्याकुटक्यांचा ढीग होता. रानशेणी होत्या.

एका कोपऱ्यात शेळी बांधली होती. तिची ढोपरं निघाली होती. पुढे टाकलेल्या बाभळीच्या डहाळ्यावर ती धडपडत होती आणि नाकानं आवाज करीत होती.

गेला तसा गडबडीने रामा पुन्हा आला. बहिणीला म्हणाला, “अगं राधू, आटप. कवाच्यान बसून ऱ्हायल्यात अम्मलदार. आपल्या गरिबाच्या खोपटात कोन येतंया?” माझ्याकडे वळून तो पुढे म्हणाला, “झालंच जी, भाकरी घेतल्यावर निघूच!” राधूनंही तत्परतेनं भाकरीचं फडकं भावाच्या हातात दिलं.

“माजं काय, तुजंच आवरायचं न्हाई. येताना ढाळा आन शेरडीला.”

“व्हय व्हय!” भाच्याच्या पोटावर रामानं एक चापट मारली. त्याच्या धुळीनं भरलेल्या तोंडाचा मुका घेतला.

“हं, चला आता, चाली चाली मेटकवाडीपतूर जाऊ.”

दोघंही गावाबाहेर पडून सडकेला लागलो. माझ्या हातात ओझं होतं. रामाला ते प्रशस्त वाटलं नाही.

"काय शिवन्यासारकं न्हाई नव्हं?"
"का रे?"
"माझ्यापाशी द्या की नसलं तर. मोकळाच हाय मी?"
"दशम्या आहेत. रंगाचा डबा आहे."
"हां, मग फराळाचं घ्या काढून आन् बाकीचं द्या माझ्यापाशी."
"काही जरुरी नाही. मला चालतं. घे."
रामाला अपूर्वाई वाटली. त्याचा चेहरा थोडा ओशाळलाही.
"आमी कसं शिवावं जी?"
"माझी हरकत नाही. घे तू. शिवाशीव पाळत नाही मी!"
रामा थोडा गप्प झाला. मग म्हणाला, "द्या, मी घेतू!"
रामा दिसायला चारचौघांसारखा नव्हता. रूपाच्या बाबतीत दैवानं त्याच्यावर गैरमर्जी केली होती. अंगापिंडानं थोराड असून त्याचा रंग अगदी ठार काळा होता. नाक डाव्या बाजूला वाकडं होतं आणि एक डोळा अधू होता. त्याच्या तोंडावरच्या कळेकडं पाहून कुणालाही असं वाटलं असतं की, दिलानं भला असलेला हा माणूस रूपानं गेला आहे आणि खाण्यापिण्याच्या बाबतीतही याची भलती आबाळ झाली आहे! कसल्यातरी रंगाचं एक विटकं फडकं त्यानं केवळ सवयीनं डोक्याला गुंडाळलं होतं. जागोजागी चिंध्या झालेली एक पैरण अंगात अडकवली होती आणि खालचं धोतर तर त्याला अगदीच तोटकं होतं. पिंढऱ्यावर बोटाएवढ्या शिरा उमटून दिसत होत्या. पायाच्या टाचा भेगाळल्या होत्या. वयानं तो फारसा दिसत नव्हता. 'मग याचं लगीन झालंय की नाही? झालं असतं, तर खोपटात अस्तुरी दिसली असती, चार पोरं दिसली असती. राधू याची बहीण दिसते. तिच्या कपाळावरचं कुंकू पुसून गेलं होतं. मघा?....' मनात प्रश्न येत होते. रामा खाली पाहून चालला होता. काही वेळ गेला आणि त्यानं जाणीव दिली, "मैलाचा धोंडा आला बघा."
फर्लांगावर आणि मैलाच्या धोंड्यावर आकडे टाकायचे होते. नावं घालायची होती. रंग आणि कुंचला घेऊन मी धोंड्यासमोर बसलो. रामाही जवळच खडे बाजूला करून बसला. कामाबरोबर बोलणंही चालू झालं.
"हं, काय रामा? कसं काय तुझं?"
"जी. बरंच चाललंया म्हणायचं."
"विव्हळतोस बरा!"
"खरं म्हंजे इवळाय नगं. परमेश्वर दील त्येच्यावर ऱ्हायाला होवं."
"चोख बोललास, पण विव्हळणं काही सुटत नाही. खरं ना?"
चार-दोन शब्दांतच मी रामाच्या जिव्हारापर्यंत गेलो. माझ्या अम्मलदारीला बिचकणाऱ्या रामाचीही भीड मोडली. स्वत:ची दुखणीभाणी तो मला सांगू लागला,

"आपली पिढीजात व्हरलकी सोडून रामा सरकारी नोकरीकडे का वळलास?"

"कशाचा धंदा आलाय त्यो? कातडं मुलकाचं म्हाग झालंया. आन् रोख पैसा देतुया कोन? बयत्याच्या कामाखाली जीव जायाचा. त्यात गावात इतकं व्हरल आमी. एकाएकाच्या वाट्याला चार-दोन घरं येणार. त्येच्यावर कसं भागावं? पोटाचा डबरा कसा भरायचा?"

"खरं आहे."

"तवा इच्यार केला की, सरकार नौकरी करावी. सडकंची वज राखण्याचं काम बरं हाय."

"पगार काय मिळतो तुला?"

या प्रश्नावर रामा हसला. "थट्टा करता व्हय गरिबाची? तुमास्नी ठावं न्हाई? अम्मलदार तुमी ततल्या कचेरीतलं!"

"वेडा काय रामा तू? अरे, कसला अम्मलदार? मीही तुझ्यासारखाच एक. उक्तं काम घेतलंय मी हे नंबर घालण्याचं. पोटापाण्यासाठी काहीतरी करायचं!"

"असं का असंना, पण तुमी आमस्नी अम्मलदारच. ठावं न्हाई म्हणता, तर सांगतू. महिन्याचं बारा रुपये मिळत्याती."

"ठीक चालतो का त्याच्यात प्रपंच?"

रामानं एकवार बाजूला तोंड करून तमाखूची चिमूट दाढेखाली सोडली आणि हात झाडून तो पुन्हा बोलू लागला, "कशाचा देवा परपंच? कायतरी करून हातातोंडाची गाठ घालायची! ढोराबानी जीव! काय अंगभर चांगला धडुता मिळतुया का गोडधोड खाया मिळतंया! आमा गरिबांचं हे असंच! तरी बरं, आपला सोताचा काय खटाला न्हाई. एकलाच हाय."

"का बरं रामा? लगीन केलंस का नाही?"

माझ्या या प्रश्नानं रामाची जखम दुखावली. चिघळली असावी. डोक्याचं मुंडासं काढून त्यानं खाली ठेवलं आणि हातात एक खडा घेऊन जमिनीवर रेघोट्या मारता-मारता तो बोलला, "काय सरळ न्हाई झालं दादा!" त्याच्या स्वरावरूनच त्याच्या वेदना कळत होत्या. तोंडावरही उदासीनता दिसत होती. मला वाटलं, मी उगीच बोललो. सावरून घेण्यापायी म्हणालो, "आपलं बोलण्यावरनं बोलणं निघालं म्हणून विचारलं हं. नाहीतर तू म्हणायचास, रिकाम्या चौकशा कशाला?"

रामानं मुंडी हलविली आणि दिलगिरीनं तो बोलला, "छा! छा! भलतंच! मी गप झालु अशासाटना की, का आपलं करम सांगावं! समदी चित्तरकथा हाय दादा माजी!"

"का बरं? सांगशील तर!"

"लगीन झालं त्याला पाच सालं झाली, पन धड सा महिनंसुदीक अस्तुरी

ऱ्हायली न्हाई. बेपत्ता झाली!'''

"म्हणजे?"

"आपलं करम दादा! ती हुती तकडली सांगलीच्या बाजूची. रूपानं धा जनींत उठून दिसावी अशी. माझ्या खोपटात कसं ऱ्हावं तिनं? मी ह्यो असला येडाबाबडा मानूस. संसारही आपला नाचरगती. तेल हाय, तर मीठ न्हाई; मीठ हाय, तर मिरची न्हाई असं सदुनीक. ल्या-नेसाया चांगली कापडं न्हाईती, का खायाला गोडधोड न्हाई. तिच्या काय मनाला येईना त्या गोष्टी. धड सबूद बोलायची न्हाई. रुसून-फुगून बसायची. दादा, मलाबी कळायचं समदं; पण का करायचं? ढोरागत राबलं, तरी काय मिळकत करनार आपन?"

रामा अगदी तळमळून बोलत होता. त्याच्या मनाची कवाडं खोलली गेली होती. मीही द्रवल्या मनानं ऐकत होतो.

"समजूत काडाय जावं तर म्हणायची, 'चल म्हमईला, गिरनीत काम कर आन् बक्कळ पैका मिळव. माजी हौस पुरव.' मला काय आपला मुलूक सोडून जावं वाटंना."

एका धोंड्यावर नाव आणि आकडे घालून झाले होते. मी उठलो. रंगाचा डबा वगैरे साहित्य घेऊन रामाही उठला आणि पुन्हा चालता-चालता त्यानं आपली हकिगत सांगितली.

"खरं का नाही, तुमीच सांगा? आपलं गाव, घर, नात्यागोत्याची मानसं सोडून कुटं जावं देसांतराला? असं करता-करता एकदा माझ्या म्हागारी गेली निगून. पुना काय पत्त्या न्हाय का मुद्या न्हाय."

"मग तू काही शोध केला नाहीस का? चार माणसांकडनं समजूत घालून आणायची माघारी."

"मी न्हाई केली वासपूस! आपल्याजवळ ऱ्हान्याची तिची जर विच्छा न्हाई, तर कशाला जोरा करायचा? जाऊंदेल म्हणालो, कुटंबी सुकात असली म्हंजे झालं!"

या जुन्या आठवणीनं रामा चांगलाच कष्टी झाला. मीही अधिक बोललो नाही. सूर्य बराच वर आला होता. भूक आणि तहान दोन्हीही जाणवू लागली होती. बोलण्यानं वाट ओसरली होती, तरी पायही शिणले होते.

"रामजी, समोर विहीर दिसते. सावलीत बसून जेवण करू, घटकाभर बसू आणि पुन्हा लागू कामाला."

"व्हय जी. भुका लागल्या असतील तुमास्नी. चला!"

शेजारच्या मळ्यातल्या विहिरीवर गेलो. रामानं ढोरांना पिण्यासाठी काढलेल्या पाटाच्या पाण्यात हातपाय धुतले. मी विहिरीत उतरून धुतले. धारेवर वडाच्या सावलीत दोघांनीही शिदोऱ्या सोडल्या.

रामाच्या बहिणीनं तळहातासारख्या जाड ज्वंडीच्या तांबड्या दोन भाकरी दिल्या होत्या. त्यांच्या पोटी तांबड्या चटणीचा भुकटा होता.

माझ्या आईनं चार मऊसूत चपात्या तुपानं माखून दिल्या होत्या. त्यांच्याबरोबर मोकळं पिठलं होतं, लिंबाचं लोणचं होतं, लसणाची चटणी होती. डबा उघडताच त्याचा खमंग वास सुटला.

मी त्यातलं थोडं रामाला देऊ लागलो. तो 'नगं-नगं' म्हणू लागला.

मी म्हणालो, ''रामजी, अन्नाला नाही म्हणू नये. घे.''

''तसं नव्हं दादा, तुमी एकल्यापुरतं आनल्यालं. वाटचालीनं भुकेला असाल. माजी माज्यापाशी भाकरी हाय, तर का?''

मी बळे-बळे त्याला वाढलंच. दोघेही जेवू लागलो. हां-हां म्हणता रामानं त्या दोन भाकरी चटणीच्या भुकट्याबरोबर संपविल्या आणि मी दिलेलं फडक्यात गुंडाळून ठेवून दिलं.

''रामजी, हे रे काय? ते ठेवलंस कशासाठी?''

''थोडं खाल्लं की दादा. उलीसं ठेवलंया पोरापायी. असलं कुटलं मिळतंया आमास्नी? पोरगं खाईल दोन घास, म्हणून ठेवलं. आता त्या पोरावर समदी मदार ठेवलीया बघा. त्यो जवा कर्तासवर्ता हुईल, तवा जरा बरं दिस येत्याल. तवर हे असंच. त्येला चार सबूद कळन्यासाठी साळंतबी घालीन म्हंतूया. भनीचा दाल्ला खराचला तवा माझ्या गळी पडून 'आता माजं कसं हुयाचं' म्हणून रडाय लागली. तवा मी म्हणालो, बया, माझ्यापशी ऱ्हा. मला तरी आता कोन हाय?''

वाफ्यातलं पाणी रामा ओंजळीनं प्यायला, ढेकर देऊन तमाखू खाण्यासाठी बसला. मी अद्याप जेवतच होतो. तळव्यातली तमाखू बोटानं चोळीत रामा म्हणाला, ''दादा, इचार आला म्हंजे आक्रीत वाटतं. आता तुमाला वय किती?''

''वीस वर्षं झाली रामजी!''

''मलाबी इस आन् आट झाली. पर तुमी झाला अम्मलदार आन् आमी मातूर ऱ्हायलो हे असं. जलमभर असंच दळिंद्री ऱ्हाऊन आमी मसणवाटंला जायचं. मनात म्हनतो, देवा चांडाळा, का रे असं?''

रामाला द्यायला देवापाशी उत्तर नव्हतं; माझ्यापाशीही नव्हतं! मी केवळ ऐकत होतो.

''तुमी म्हनाल रामजी, गड्या तू साळा शिकला न्हाईस. पन दादा, साळा शिकावी आन् पोटाला काय खावं जी? चार वर्सांचं झालं की, कुनाची गुरं राकुळी घेऊन त्येंच्या म्हागं रानोमाळ हिंडावं लागतं, तवा घरी भाकर मिळती. मग हे जमावं कसं?''

माझं जेवण आटोपलं. थोडा वेळ विश्रांती घेऊन पुन्हा काम चालू करायचं होतं.

संध्याकाळपर्यंत होईल तेवढं करायचं. संध्याकाळी सकाळी आटपाडीहून गेलेली सर्व्हिस विट्याहून परत आली की, तिला हात दाखवून थांबवायचं आणि पुन्हा घर गाठायचं!

"वाईच कलंडा दादा. ऊन खाली झाल्यावर जाऊ पुना." असं म्हणून रामानं पैरण आणि मुंडासं काढून उशाला घेतलं. बांधाच्या हिरवळीवर तो आडवा झाला, घोरूही लागला.

झाडाच्या खोडाला पाठीची आटण देऊन मी बसून राहिलो. पाहू लागलो की, रामाचं गणित सुटतं का!

■

४

नामा मास्तर

मिरज ते पंढरपूर खेपा घालणारी सर्व्हिस मोटार धुरळा उडवीत भन्नाट धावता धावता सरूबाईंच्या मठाशेजारी आली आणि आचके देत-देत थांबली. समोरच्या आरशात पाहून मकबूल ड्रायव्हरनं कपाळावरची टोपी मागं सारली आणि खाकी डगल्याच्या बाहीनं घाम पुशीत तो किन्नरवर ओरडला, "येश्या, ड्रमाशेजारी बसलेल्या त्या सायबांना इच्यार, सरूबाई मठावर उतरणार हायेत ना?"

हौदातल्या बाकड्यावर अवघडून बसल्या-बसल्याच मी पेंगत होतो, तो खडबडून जागा झालो. बाकड्याखाली ठेवलेली पिशवी काढून घेतली आणि खाली उतरलो. मोटार निघून गेली. सरूबाईंचा मठ म्हणजे काडाचं एक लहानसं खोपट. अवतीभोवती दोन-तीन निंबाची झाडं. नाही म्हणायला जरा पलीकडे शेतकऱ्याची एक वस्ती होती. क्षणभर निंबाखाली सावलीत उभा राहिलो. अंगावरला धुरळा झटकला. शेजारच्या विहिरीत उतरून हातपाय धुतले, पाणी ढोसलं आणि वर आलो. अंग एवढं आंबून गेलं होतं की, मुळ्यांना उसं देऊन निंबाच्या गार सावलीत झोपावंसं वाटत होतं. पण म्हटलं, 'असं मरगळून भागणार नाही. पुन्हा ऊन झालं म्हणजे त्रास!' शिवाय घरची ओढ होतीच. सात-आठ मैल मजल मारायची होती. मध्ये एक लहानसं गाव होतं. ते ओलांडलं की, लगेच आलंच घर! जेवणवेळेपर्यंत पोचू, अशा हिशेबानं वहाणा हातात काढून घेतल्या, पिशवी पाठीवर टाकली आणि मारला झपाटा. काळ्या रानातून नागमोडी सरपटत जाणारी पाऊलवाट हां-हां म्हणता संपली आणि दोन-अडीच कोस मागं टाकून चोपडीत आलो. मांगवाड्यातली कुत्री भुंकली. मातीत खेळणारी पोरं झिपऱ्या सावरून पाहू लागली. एका खोपटासमोर वाकाच्या बटा फिस्कारत बसलेल्या काळ्याशार मांगिणीनं एकवार माझ्याकडे पाहिलं आणि डोईवरला पदर सावरून आपलं काम पुन्हा चालू केलं. निंबाच्या सावलीला बसलेल्या दोन-तीन मांगांनीही मुंड्या फिरवून माझ्याकडे पाहिलं. खाली मान घालून मी आपला झपाट्यानं पाय उचलीत होतो.

गावातल्या मारुतीच्या देवळावरून, चावडीवरून पुढे गेलो. शाळेची इमारत लागली. दगडी भिंतीवर ढोबळ अक्षरांत लिहिलं होतं : लोकलबोर्ड मराठी शाळा, मौजे चोपडी. ती डांबरी अक्षरं मनातल्या मनात वाचून होतात तोच आवाज आला : "राम राम यंकापराव!"

अशा सलगीनं हाक मारणारं कोण, म्हणून थोडा थांबलो आणि पाहिलं. पोरगा माझ्याकडे पाहून हसत होता. डोक्यावर कोचदार पटका; अंगात हातमागाच्या कापडाचा, खेडवळ शिलाईचा पांढरा अंगरखा; कोट; खाली दुटांगी धोतर. जरा निरखून पाहिलं आणि मग ओळख पटली. 'हा तर नामा मांग!' पुन्हा एकदा न्याहाळला आणि ओरडलो : "अरे नामा, तू कुठं इकडं?"

नामा हरकला होता. हसून बोलला, ''वळक ठिवलीया तर! मी मास्तर हाय हतं साळंत. लई दिसांनी आला गावाकडं?''

''झाले खरं खूप दिवस आणि आलो होतो तेव्हा तुझी काही गाठ पडली नाही.''

''बरं झालं, लई दिसानं गाठ पडली. खुशाली हाय?''

''होय, ठीक आहे.''

''साळंतली आटवन हाय का?''

मग मला राहवलं नाही. नामाच्या पाठीवर थाप टाकून मी त्याला जवळ ओढला, ''अरे, आठवणी विसरेन होय?''

त्या माझ्या सलगीनं नामा अधिक हरकला.

''चला, च्या पिऊ.'' म्हणून त्यानं शाळेतल्या पोराला हाक मारली. माझ्या हातातली पिशवी त्याच्याकडे दिली.

''साळंत ठेव. पोरास्नी सांग, आरडा करू नका; वाचत बसा.'' आणि माझ्या हातात हात घालून नामा चालू लागला.

''शाळा कधी सोडलीस? अखेर मास्तर झालास. बाप हरकला असेल?'' नामा थोडा गंभीर झाला.

''मागच्या सालीच पटकीत गेला. त्यानं बघितलं नाही.''

काही वेळ न बोलताच आम्ही चाललो.

''सात-आठ महिनं झालं नोकरी लागून. नादारी मिळाली, कसंबसं करून सातवी पास झालो. अर्ज केला, खालच्या जातीतला म्हणून लगी झाली नेमणूक.''

शिकला-सवरला, तरी नामाची भाषा पूर्वीचीच होती. हेल जुनेच होते. याच बोलीत तो शिकवीत असणार. पण शुद्ध भाषेची तिथं जरुरी होतीच कुठं? धनगर, कुणबी, महार, मांग यांची वस्ती असलेल्या त्या एवढ्याशा खेड्यात तांबडं मुंडासं आणि गोल कुडती घालून शाळेत येणाऱ्या दहा-पाच पोरांना नामासारखाच शिक्षक योग्य! शुद्ध बोलणाऱ्या उच्चवर्णीय शिक्षकांपेक्षा तोच त्यांना अधिक जवळचा. अंबाडी-केकताडीचा वाख करून कुणब्यांना नाडा-सौंदुर पुरविण्याचा आपला पिढीजात धंदा सोडून नामा थोडा शिकला आणि आपल्याच लोकांना थोडं शिकवू लागला. मला बरं वाटलं. माझ्या एवढ्याशा खेड्यातला एक गरीब मांगाचा पोरगा शिक्षक झाला, हे विशेष नव्हतं का? अभिमान वाटण्यासारखं नव्हतं का?

''शाबास नामदेव! आता आपल्या जातीतल्या मुलांना असंच शिकवून शहाणं कर. पगार काय मिळतो तुला?''

''मिळतो तीस. भागतं कसंतरी त्यात!''

रस्त्यालगतच एका छपरात हॉटेल होतं. मी आत जाऊन बसलो. नामा बाहेर

असलेल्या फळकुटावर बसला. चुलवणाशी लाकडं फुंकीत बसलेल्या काटकुळ्या माणसाला म्हणाला, "हं आवरा धोंडीअप्पा, दोन च्या द्या फक्कड."

धोंडीअप्पानं एकवार माझ्याकडे पाहिलं आणि म्हटलं, "झालाच नव्हं का, जाळ लागलाय; आता आधण इल."

चुलवणावर एक भलंमोठं जर्मन सिल्व्हरचं पातेलं होतं. बाजूच्या डबड्यातली चार-पाच पसे साखर घेऊन धोंडीअप्पाने टाकली. लगेच चहाची पूडही बचकभर. पाण्यावर चहाची काळीशार पूड तरंगू लागली. पातेल्यातून निघणारी वाफ शेजारी मांडावर ठेवलेल्या परातीतल्या शेवचिवड्याचा तेलकट वास बरोबर घेऊन तरंगू लागली.

"हं, आणखी काय यंकपराव? घरची समदी खुशाल हायती न्हवं?"

"होय, सगळी ठीक आहेत. तुझं कसं काय? लगीन केलंस का नाही?"

"भले, अवं दोन पोरं हायती की!"

"ठीक-ठीक. कुठं, गावीच आहेत का सगळी?"

"तर! हथं कशाला? मी एकलाच हाय हथं."

"–आणि मग भाकरी-तुकड्याचं रे काय?"

"शनवार-रविवार जातो घरी. येताना घेऊन येतो बक्कळ भाकरी. पुरत्यात दोन रोज. पुन्हा करतो हातानं. नाहीतर कुना जातवाल्याकडनं आणतो करून!"

खाण्यापिण्याचे हाल होतात म्हणून कुरकुरायला नामा पांढरपेशा होता थोडाच! जेवणाचे जास्त चोचले करायचे त्याला माहीत नसावं.

चहा तयार झाला. काळपट फडक्यातून एका मोठ्या किटलीत गाळला गेला. एक कानतुटका कप भरून धोंडीअप्पानं मला दिला. हॉटेलात बाहेरच्या बाजूला लोंबणाऱ्या शिंक्यातून नामानं अस्पृश्यांसाठी ठेवलेली कपबशी काढून घेतली. धोंडीअप्पानं त्यात चहा ओतला आणि निखाऱ्यालगत किटली ठेवून दिली.

माझ्याकडे पाहून नामा म्हणाला, "घ्या."

तो काळपट आणि तुरट चहा मी नि नामा पिऊ लागलो. चहा संपवून परत शाळेकडे जाताना पूर्वीच्या शाळेतली आठवण झाली. मी हसलो, ते नामाच्या ध्यानात आलं आणि त्यानं विचारलं, "हसलासा?"

"होय, आठवण आली शाळेतली."

"कसली?"

"तू शाळेत लावणी म्हटलीस, ती."

त्यावर नामाही हसला आणि त्यानं माझ्या हातावर टाळी दिली.

तेव्हा मी आणि नामा मराठी दुसरीच्या वर्गात होतो. फाटकंतुटकं धोतर-कुडतं घालून आणि एक फुटकी पाटी घेऊन नामा शाळेला नियमित येई. आमची चांगली

मैत्री होती. मी माझी पुस्तकं, पेन्सिल नामाला देई. तोही माझ्या भोवऱ्यासाठी बारीक चरी वळून देई. गोफण करून देई. रानातली व्हल्या-पारव्यांची अंडी मला दाखवी. झाडावर चढायला आणि सूरफाट्यानं खेळायला त्यानंच मला शिकवलं. नामाला हलगी फक्कड वाजवता येत होती आणि तो लावण्याही झोकात म्हणे. एकदा जुने मास्तर बदलले आणि नवे आले. त्यांना एक-दोन दिवस झाले. एके दिवशी काय लहर आली, कोण जाणे – सगळ्या वर्गाला उद्देशून त्यांनी विचारलं, "गाणी कुणाकुणाला येतात रे म्हणायला?"

"मला मास्तरऽ मला मास्तरऽऽ" असा एकच गिल्ला झाला. दहा-पाच पोरांनी हात वर केले. त्यात नामाही होता. त्यावर मास्तरनी एकाएकाला म्हणायला लावलं. कोष्ट्याच्या रघूनं एक अभंग म्हटला. मी काकांनी शिकविलेली एक कविता म्हटली. रामा पाठकानं 'रडवे माझे वदन बघोनी' ही कविता म्हटली, तसा वर्गात खूप हशा पिकला. कारण राम अगदी बावळट होता आणि त्याचा आवाज भसाडा होता. मास्तरनी टेबलावर छडी आपटून सर्वांना चूपचाप केलं. अखेर पाळी आली नामावर. तो उठून उभा राहिला. एक-दोनदा खाकरला आणि उजव्या कानावर हात ठेवून त्यानं खड्या आवाजात सुरुवात केली :

"भर ज्वानीचं वादळ सुटलं, बाई सुटलं,
मला सख्यानं नाही कसं म्हटलं गं...."

पहिला चरण म्हणून होतो ना होतो, तोच मास्तर ओरडले, "गाढवा, बंद कर! लावणी म्हणतोस शाळेत? थांब, फोडून काढतो."

ते टेबलावरून धडपडून उठले, दाणदाण पाय आपटीत आले आणि नामाच्या अंगावर त्यांनी निरगुडीच्या छड्या सपासप ओढल्या. एवढा चिवट बांध्याचा नामा, पण त्या मारानं गुरासारखा ओरडला; हिरवा-पिवळा झाला!

आता त्या आठवणीनं हसलो; पण तेव्हा नामाच्या अंगावर उठलेल्या वळावरून हात फिरवून मीसुद्धा रडलो होतो. शाळा सुटल्यावर आम्ही दोघंही ओढ्याकाठी गेलो. तिथल्या मोठ्या वडाखाली बसलो. नामा रडरड रडला. बराच वेळ झाला तेव्हा त्याचा हात धरून मी म्हणालो, "चल घरी, तुझी आई शोधत असेल!"

अंगरख्याच्या फाटक्या बाहीनं नामानं डोळे पुसले. जरा वेळ खाली पाहत तो गप्प बसला. आणि पुन्हा डोळे पाण्यानं भरून म्हणाला, "आता मी कंदी कंदी साळंत येणार नाही."

नामाचा हा निश्चय खराच. माझ्या बालबुद्धीलाही वाटलं, 'असला मार खाण्यापेक्षा त्या शाळेत पाऊल टाकू नये.'

मग मी नामाला घरी पोचवत गेलो मांगवाड्यातल्या त्याच्या खोपटापर्यंत. नामाचा बाप गंगाराम मांग हा सज्जन माणूस होता. आम्ही गेलो तेव्हा अंगणात

उघडाच बसून तो बैलासाठी वेसण करत होता. मला पाहताच तो उठला आणि म्हणाला, ''कुनीकडं कुरकर्णी आज? बसा कट्ट्यावर, इ्याक सारवलाय!''

मी कट्ट्यावर बसलो. नामानं दप्तर उभ्या-उभ्याच खाली आपटलं आणि आपल्या बापाच्या गळ्यात पडून रडत-रडत सारं सांगितलं. विटकं पातळ नेसलेली त्याची आई आली आणि त्याला कुरवाळून समजावू लागली.

''धाड बडवली त्या मास्तराची! लेकरंबाळं हैती का न्हायती त्येला? पेटू दे ती साळा. कुठं शिकून अम्मलदार हुयाचं हाय आपनास्नी? ऱ्हा तू आपला घरी.''

पण गंगारामाला ते पटलं नाही. तो म्हणाला, ''येडी हायेस का? नगं रडूस नामा. अरं, साळंत जायाचं म्हंजे मार खायलाच होवा. त्याबगार लिवनं कुटलं? मी सांगतो मास्तराला, पुना मारू नकासा म्हनून. आरं, पोटाला चिमटा घिऊन, थोरामोठ्यांच्या हातापाया पडून मी तुला शिकविनार हाय. शेना करनार हाय. सातवी पास हो आन् तूबी हो असा मास्तर. माजं डोळं निवत्याल तुला खुर्चीवर बसल्याला बगून!''

गंगारामनं नामाच्या पाठीवरून हात फिरविला. त्याचे डोळे पुसले. नामाची समजूत निघाली. तो पुन्हा पूर्ववत शाळेत जाऊ लागला.

आता नामा मोठा होऊन मास्तर झाला होता. मीही मोठा होऊन चार पैसे मिळवण्याच्या मागं लागलो होतो. मध्यंतरी बरीच वर्षं आमची गाठ पडली नव्हती. माझ्यात आणि नामात आता अंतर निर्माण झालं होतं; पण नामा अद्यापही माझ्या मनात घर करून राहिला होता.

बोलता-बोलता आम्ही शाळेत आलो. वेळ झाली होती, म्हणून नामानं शाळा सोडून दिली. झुडपावरून भोरड्यांचा कळप उडावा तशी पोरं पाट्या-दप्तरं घेऊन बाहेर पडली. शाळेत मी काही वेळ बसलो. जुन्या आठवणी निघाल्या. पुष्कळ बोललो. अखेर उशीर झाला, तेव्हा पिशवी उचलली आणि म्हटलं, ''बराय नामदेवा, मजल मारायची आहे अजून. चलतो आता.''

''बोलता-बोलता ऊन बरंच झालं. ऊन खाली झाल्यावर का जायाचं हुईना. जेवनाखान्याची यवस्ता करतो.''

''छे! छे!! अरे, कशाचं ऊन! शहरात चार दिवस घालवले म्हणून मी काही मूळचं विसरलो नाही. आता गाव जवळ करीन हां-हां म्हणता.''

माझ्या हातातलं ओझं आपल्या हातात घेऊन नामदेव मास्तर चांगला फर्लांग-दोन फर्लांग मला घालवायला आला. मग मीच म्हणालो, ''जा आता परत, जातो मी.''

''आता पुन्हा गाठभेट?''

''अरे, गाठभेट नेहमीचीच. कितीही झालं तरी एका गावचे आपण. आता आहे

ती नोकरी सोडू नकोस. चार पैसे जमव आणि ट्रेनिंग कॉलेजला जा. आणखी जरा वनवास सोस आणि ट्रेण्ड हेडमास्तर हो. जाऊ?''

''बराय. जा, ऊन झालं.''

नामा उभा राहिला. त्याच्याकडे पाठ फिरवून मी आपली वाट तुडवू लागलो.

त्यावर एखादंदुसरं साल गेलं असेल-नसेल. पुन्हा नामाची गाठ पडली, ती अगदी वेगळ्या अवस्थेत! कोल्हापुरी!

एके दिवशी रात्री माझा एक मित्र घाईघाईने आला आणि म्हणाला, ''चल आटप, कपडे कर. आज मजा करू जरा!''

''कसली रे?''

''तमाशाला जाऊ!''

''छट, मी नाही येणार. हे शहरी तमाशे म्हणजे चार नकट्या पोरींनी केलेली फिल्मी गाण्यांची उधळमाधळ! कुणीकडे कड्या-ढोलक्यावर ढंगबाज म्हारकी लावणी आणि कुणीकडे ही फिल्मी गाणी!''

''अरे नाही, मस्त तमाशा आहे भाऊ मांगाचा!''

भाऊ मांगाचं नाव ऐकल्यावर मीही अधिक ओढून धरलं नाही. तो डफ-तुणतुण्याचा आवाज, त्रिकोणाचा किणकिणाट आणि चाळांची छिन छिन... सारं जाणवलं! डोळे, कान अधीर झाले. कपडे केले. नेहरू शर्टच्या खिशात चिल्लर नाणी, सिगारेटचं पाकीट, काड्याची पेटी कोंबली आणि म्हणालो, ''मित्रा, चल!''

थिएटरजवळ पोचलो. दर्शनी बाजूलाच झकपक पोशाख करून आणि चोचा रंगवून नाचणाऱ्या पोरी बाकड्यावर बसल्या होत्या आणि आल्या-गेल्याकडं घायाळ नजरा फेकीत होत्या. बेडरपणे त्यांच्याकडे पाहून आम्ही दोन 'पेशल' तिकिटं काढली आणि विडे तोंडात कोंबून बोर्डावर विंगांआड टाकलेल्या खुर्च्यांवर बसलो. थिएटर चिक्कार भरलं होतं. विड्या-सिगारेटच्या धुरानं कोंदलं होतं. गलका चालला होता. गणगौळण झाली होती.

पायपेटी वाजू लागली. तबला घुमू लागला. तुणतुणं नि दिमडीनं त्यांना जोड दिली. पडद्याआडून चापून-चोपून पातळं नेसलेल्या पोरी बाहेर आल्या. चाळाच्या छिनछिनाटात पहिला तराणा सुरू झाला. बारीला सुरुवात झाली आणि एवढ्यात पडद्याआडून नामू मास्तर हातात त्रिकोण घेऊन बाहेर आला.

मी आश्चर्यानं थक्क झालो!

नामाची गाठ अशी पडेल, असं कधी स्वप्नातही वाटलं नव्हतं. 'चोपडीच्या शाळेत मास्तर असलेला नामा भाऊ मांगाच्या तमाशात कसा आला?'

केस मानेवर लोळतील असे वाढलेले. अंगात पातळ मलमली अंगरखा, त्याच्यावर काळं जाकीट आणि खाली तलम धोतर! मान राघूसारखी वाकडी करून

नामा झोकात त्रिकोण वाजवत होता.

मला तिथून ओरडावंसं वाटलं – 'अरे नामा, तू इथं कसा काय?'

पण तसं ओरडणं बरोबर नव्हतं. मी गप्पच राहिलो आणि नामाची करामत पाहू लागलो.

शेवटी बारी संपल्यावर मला राहवलं नाही. त्याला एकीकडं बोलावून मी घट्ट मिठी मारली. "शाबास बहाद्दर! नामा गड्या, जंग दिलास उठवून तू आज! तुझ्यात हे कसब आलं कोठून?"

"पन तुम्ही हातं कसं? आन् तिकीट काढून आला व्हय? माजी चौकशी केली असती, तर कुनीबी सांगितलं असतं."

"अरे, मला कुठं माहीत होतं? बरं, पण मास्तरकी सोडून हा पेशा कसा पत्करलास?"

"काय चव हाय त्या मास्तरकीत? घरचं खावं अन् सरकारची नोकरी करावी. मिळकत काय नाही. पोरांना शिकवण्यात काय मन लागंना माजं. दिला राजीनामा आन् शिरलो तमाशात. आता झ्याक चाललंय. आपल्या मनाजोगता धंदा हाय आन् मिळकत बी चांगली हाय!"

■

मुलाण्याचा बकस

माझ्या खेड्यापासून तालुक्याचं गाव अगदी जवळ आहे; पाचएक मैल. हे आपलं अंदाजानं, कारण पक्की सडक नाही. त्यामुळे मैलाचे धोंडे नाहीत. ओबडधोबड गाडीवाट आहे. आजूबाजूला सारा बोडका माळ आहे. पाच मैलांच्या प्रवासात तहान लागली, तर वाटेला कुठे पाणी मिळत नाही. झाडंसुद्धा सावलीला होतील अशी नाहीत. नेपती-बोरीची बारीकसारीक झुडपं आहेत. दुपारच्या वेळी निघालं म्हणजे सगळ्या वाटेत माणूस क्वचितच दृष्टीस पडतं. चुकून-माकून एखादा मेंढक्या आणि मुंड्या खाली घालून गवत खाणारी त्याची मेंढरं जवळपास दिसतात. एरवी सारा शुकशुकाट! भुतासारखं एकट्यालाच जावं लागतं. असं उन्हात तळत, फुफाटा तुडवीत मला नेहमी जावं-यावं लागे; पायी-पायीच. तेव्हा गावची शीव ओलांडली की, मी एखादा विचार डोक्यात घेई आणि त्या नादात पाऊल उचली. माझ्या कित्येक गोष्टींची कथानकं या प्रवासात मला सुचली आहेत. त्या तंद्रीत तीन-साडेतीन मैल संपून मुलाणकी केव्हा आली, हे कळायचंही नाही.

मुलाणकी आली की, जरा बरं वाटायचं. 'मुलाणकी' म्हणजे मुलाण्याच्या मालकीच्या चार जमिनी तिथं एका तळावर आहेत. सगळ्या वाटेत तेवढेच चार काळे डाग आहेत. मधून आडवा असा एक छोटा ओघळ गेला आहे. त्याला पाणी कधी नसतं, पण काठाला करंजीची-लिंबाची चार मोठी झाडं आहेत. निरगुडी-तरवडाचं बन आहे. त्यामुळे तिथं आलं की, घाम पुसून क्षणभर सावलीला बसता येई. तेवढंच बरं वाटे; आणि पुन्हा आता गाव एक-दीड मैलावर आलं, या जाणिवेनंही जीव सुखावे.

बकसची आणि माझी ओळख इथं झाली.

एकदा असाच ऐन उन्हाचा चालून आलो आणि मुलाणकीत करंजाच्या सावलीत बसलो. दमलो होतो. घामानं थबथबलो होतो. रानात उभं पीक नव्हतं. त्यामुळे आजूबाजूला कोणी नव्हतं. गार सावलीत जरा बरं वाटलं. वाळूत कलंडून इकडं-तिकडं पाहू लागलो.

तेवढ्यात पलीकडची डगर उतरून बकस आला. माझ्या रोखानंच आला. फाटक्या अंगलटीचा बकस पायांतली सहा आणेवाली टायराची पायताणं ओढत आला आणि फार दिवसांची ओळख असल्यासारखा हसून बोलला, "बसला सावलीला? दमला असाल उन्हात. लई लागलं का ऊन? लई न्हाई तरी थोडं लागायचंच."

–आणि गुडघ्यावर फाटलेला मुसलमानी चोळणा वर सरकावून खाली वाळूत बसला.

गावात मी त्याला कधीकधी पाहिला होता. इथं मुलाणकीत वाटेनं येतानाही पाहिला होता, पण ओळख अशी नव्हती. बकस वयानं वीस-बावीस एवढा असावा.

त्याचं बोलणं एखाद्या लहान मुलासारखं होतं आणि चेहऱ्यावरले भावही तसेच. त्याच्या उगीचच हसण्यावरून आणि डोळे फिरविण्यावरून मला वाटलं की, हा अर्धवट असावा.

"मग इतक्या उनाचं कशापायी निघाला? पन काम असल्यावर निघालंच पायजे. ऊन म्हनून भागतंया का, ऑ?"

त्याचं बोलणं बोबडं आणि जलद होतं. आपण प्रश्न विचारावेत आणि आपणच त्यांची उत्तरं द्यावीत, अशी खोड त्याला असावी.

"बायशिकलीवरनं आला असता, तर आत्ता पोचला असता गावात. हाय का तुमची? नसंल. कुठली असतीया! मग चालत का आला असता? आन् असली तरी बिघडल्यावर तिचा काय उपेग? खरं का न्हाई?"

एवढा वेळ मी गप्पच होतो. त्याचा उन्हानं कोळपलेला चेहरा, हनुवटीवरची तांबूस खुटरं, चिरफाळ्या झालेलं कुडतं आणि जास्त फाटल्यामुळे त्यानं चोळण्याला मारलेल्या गाठी हे सगळं न्याहाळत होतो.

त्याच्या 'खरं का न्हाई?' या प्रश्नावर मी स्मित करून मान डोलविली. बकसचा चेहरा उजळला. आपल्यालासुद्धा कळतं आणि दुसऱ्याला ते पटतं, या जाणिवेनं तो आपल्याशीच हसला आणि लाजल्यासारखा चेहरा करून कुठंतरी बघू लागला.

"तुझं नाव रे काय?"

"अल्लाबकस म्हनत्यात मला!"

"अल्लाबक्ष, तू कुणाचा? तांबोळ्याचा काय?"

"न्हाई, मी मुलाण्याचा. बाबालालचा पोरगा. तुमाला ठावं असंल? नसंल. तुमी कशाला बघताय! मेला तो. लई दिस झालं. माबी मेली. चांगली हुती. मला म्हनायची, "बकस मेरा लाल है." म्हनायची, "तुझी शादी करायची." चांगली हुती, पर मेली."

"आता तुला कोण आहे? कुणापाशी राहतोस?"

"चुलता हाय. गवंडीकाम करतो. त्याच्यापाशी ऱ्हातो. हे रान त्याचंच. शेरडं त्याचीच. मी राखतो. चुलती नीट बघत न्हाई. म्हनती, "येडसर हाय, खुळं हाय." मी खुळा हाय् व्हय वं? येडसर हाय?"

"छे! मुळीच नाही. तू शहाण्यासारखा बोलतोस."

"चुलतासुदीक येडा म्हनतो. गावातली पोरं म्हनत्यात, 'येडा बकस'. चुलती नीट बघत न्हाई. भाकरी देत न्हाई. उपाशी ठेवती. म्हनती, "मरंनास का एकदा, आमाला का तुजा कार?" आता कसं मरावं?"

"रानात एकटाच येतोस का शेरडं घेऊन?"

"व्हय, एकलाच येतो सकाळी भाकरी घेऊन. दिवस मावळायला जातो माघारी, शेरडं जोगावल्यावर. चुलता म्हनतो, 'तुजा का आमाला तरास? मर जा.' आता माजा कशाचा वं कार? मी इळभर रानात असतो, राती मशिदीत पडतो. मग?"

वेडा बकस सांगत होता. मी ऐकत होतो. त्यानं 'मग?' म्हणून विचारल्यावर मी काय सांगणार? म्हणालो, "हे खरं नव्हे त्यांचं. त्यांनी असं म्हणू नये."

बकस हसला. त्यानं डोळे फिरवले आणि धांदलीनं उठला.

"शेरडं जात्याल माजी!" असं म्हणून डोक्यावरली लहान टोपी हातानं दाबीत आणि पायताण ओढीत पळत डगरीआड झाला.

त्यानंतर बकस मला अनेकवार भेटला. कधी गावाकडून रानाकडं येताना त्याची गाठ पडे – डोक्यावर फडक्यात बांधलेली भाकरी, हातात पाण्यानं भरलेलं लोटकं, दुसऱ्या हाताला ढाळे तोडायची कुऱ्हाड, एखादं गुंडाळलेलं चऱ्हाट. शेरडांच्या घोळक्यातून बकस येत असायचा – लळत-लोंबत, रख्ख उन्हात पाय ओढीत. मला पाहताच कधी नुसता हसून पुढे जायचा. कधी थांबून, "का मास्तर, आज ऊन केलं?" म्हणून एखाद-दुसरा शब्द बोलायचा. कधी मुद्दाम सावलीला बसवून घेऊन चुलता-चुलतीच्या तक्रारी सांगायचा. त्याच्या नेहमीच्या बोलण्यात 'चुलती नीट बघत नाही, भाकरी घालत नाही' ही तक्रार हमखास असे. चुलता आपल्याला वेडसर म्हणतो. 'मी काय वेडसर हाय?' हा दावाही नित्याचा.

मागाहून मला कळलं की, तो कुणापाशीही हेच बोलत असे. थट्टा न करता जे त्याच्याशी नीट बोलतील, त्यांना तो याच तक्रारी ऐकवत असे. त्याच्या मनाचं हे दुखणं अनावर असावं.

कधी दिवस मावळायच्या सुमारास मी जायला आणि बकस रानातून घरी जायला गाठ पडे. मग त्याच्याबरोबरच मीही गावापर्यंत जाई बोलत-चालत. त्याच्याशी बोलण्यात क्वचित मजा वाटे. एरवी त्याच्या दुःखामुळेच त्याच्याशी दोन शब्द बोलावेत, असं वाटे. त्याच्या बोलण्यानं करमणूक होई; पण एकीकडं मन हळहळे, जिव्हारात बोचल्यासारखं होई.

कधी मजेत मी बकसला विचारलं, "काय बकस, मग शादी कधी करणार तू? दे की एकदा बार उडवून!" म्हणजे तो लाजायचा. वाढलेली दाढी खाजवीत खाली मान घालून म्हणायचा, "का करायची आपल्या गरिबाला शादी? पैका कुठून आनावा? बायकूला खायाला काय घालावं, तिचा साडीचोळी कशाची आनावी?" कधी खुशीत आला म्हणजे आपणच सांगायचा, "आता शादी करायची मास्तर! झोकात करायची! धा बकरी कापायची. पन इतकी का करायची हैत न्हाई? आपली दोन-चार कापावी. तुमी येयाल का जेवायला? कुठलं येताय तुम्ही बामन!" आणि हसायचा खूप मोठ्यानं.

नांगरट झाली तेव्हा चुलत्याच्या बरोबरीनं 'दा, दा' करून नांगर हाकताना बकस मला आढळला. पेरणीच्या वेळीही चाड्यावर मूठ धरायला तो होताच. मुलाणकीचे काळे डाग जोंधळ्याच्या ताटांनी हिरवेगार झाले. पोटऱ्यातून कणसं फुटली, त्यांच्यावर निळाजांभळा फुलोरा आला. दाणा भरला. माचव्यावर उभं राहून पाखरं हाकलण्यासाठी बकसनं केलेला आरडाओरडाही माझ्या कानांवर आला. पुढे-पुढे मुलाणकीत खोपही दिसू लागली. बकस आता कामाच्या ओझ्याखाली होता.

एकदा मुद्दाम वाकडी वाट करून मी त्याच्या खोपीकडे गेलो. त्याचा आवाज ऐकू येत होता, "शानी माजी बाई, माजं ऐक. असं करू नगं. हे बघ, माझ्याकडं बघ!"

मी पुढं होऊन पाहिलं, तर तो शेळीला गोंजारून तिच्याशी बोलत होता. तो लाजून म्हणाला, "या मास्तर!"

खोपीतलं घोंगडं, कंदील, पाण्याची केळी बघून मी विचारलं, "रात्री इथंच असतोस?"

"व्हय, राखणीपायी ऱ्हातो हतंच. बैल असत्यात. कुत्रं हाय सोबतीला!"

"म्हणून काय झालं? भीती नाही वाटत?"

"कशाची भीती? कोन खातंय आपल्याला? आन खाल्लं तरी बरंच."

बघता-बघता बकस कष्टी झाला. म्हणाला, "एवढी राखण करतो, पण आपली चार हुरड्याच्या कणसावर सत्ता न्हाई. फुकटची चाकरी!"

त्याच्या अशा बोलण्यानं तो अर्धवट होता, यावरसुद्धा विश्वास बसत नसे. काढणी, मोडणी, मळणी या साऱ्या वेळी बकस होताच. जोंधळ्याची पोतीही त्यानं गाडीत भरून गावात पोचवली. बकस राबत होता. वेडसर म्हणून शहाणा चुलता त्याला राबवून घेत होता.

–अलीकडे बकस एकदा मुलाणकीत आढळला. वाळूत उगाच बसून राहिला होता. कुठंतरी बघत होता.

मी विचारलं, "कसं काय बकस?"

तो बोलला नाही की हसला नाही. जवळ गेल्यावर म्हणाला, "बघा!" आणि पाठ फिरवून त्यानं कुडतं वर करून दाखवलं. सात-आठ ठिकाणी भाजलं होतं. बोटाएवढे काळे-निळे वळ उठले होते.

"काय रे हे?"

"चुलत्यानं डागलंय, खुरपी तापवून डाग दिल्यात. डागल्यावर येड लागलेलं मानूस बरं हुतं. मी काय वेडा हाय का? आं?"

लहान मुलासारखा ओठ पुढे काढून बकस विचारत होता. त्याचे डोळे डबडबले होते!

■

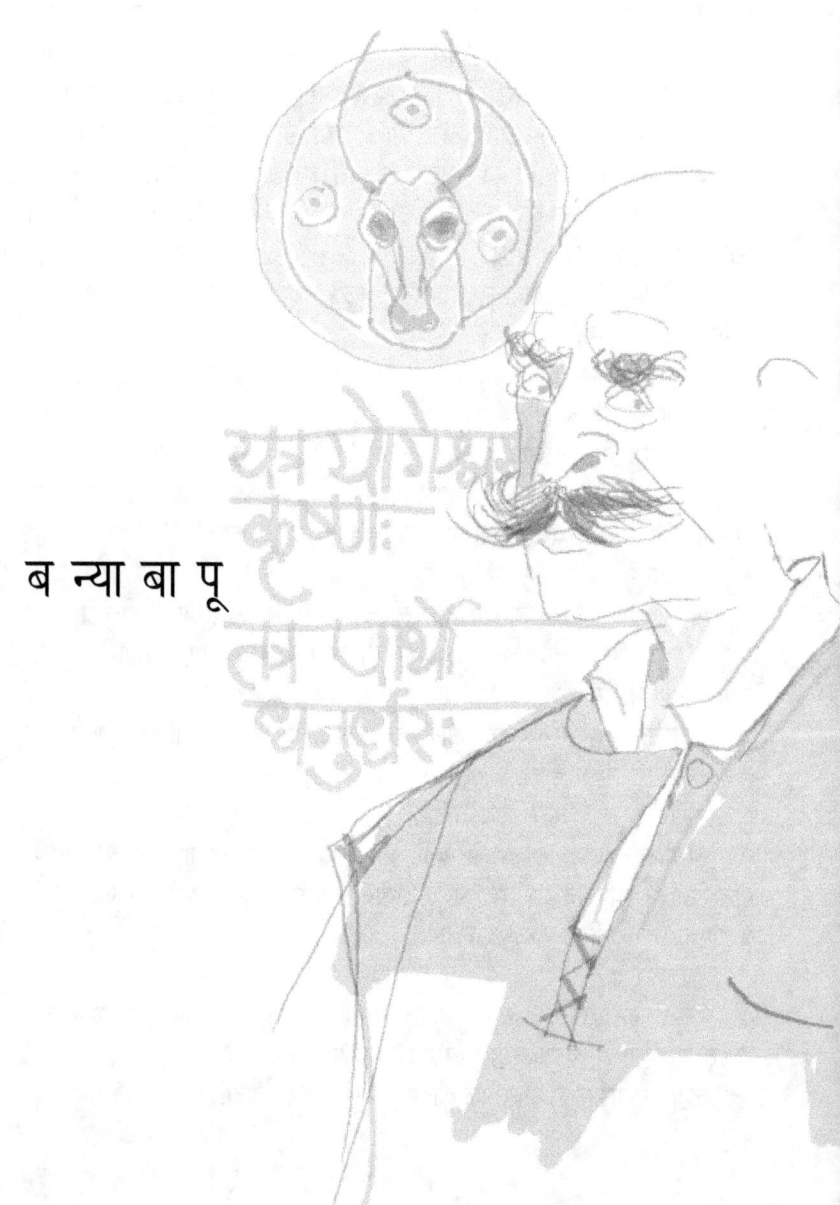

६

ब न्या बा पू

माणदेशातल्या काही लहान-सहान खेड्यांत पूर्वीच्या वैभवाचे जुने अवशेष आहेत. चार-पाचशे वस्तीचं खेडं, पण त्यात देशमुख-देशपांड्यांचा वा गायकवाड-धायगुड्यांचा असा एखादा अवाढव्य वाडा असतो की, वेळप्रसंगी साऱ्या गावकऱ्यांनी त्याच्यात खुशाल आश्रय घ्यावा. ओबड-धोबड बांधणीचे हे वाडे अद्याप तग धरून उभे आहेत. त्यांचा काळ संपला आहे. आजूबाजूला नवीन-नवीन, छोटी-मोठी, डौलदार बांधणीची घरं झाली आहेत. तरी हे आपले आहेतच. त्याच पूर्वीच्या काळात, त्याच जुन्या दमात. आणि या वाड्याप्रमाणेच काही माणदेशी माणसंही! त्यांपैकी एक बन्याबापू.

विटं-पंढरपूर मोटार-रस्त्याच्या एका लहान वाडीत बन्याबापूंचा जुना-पुराणा वाडा आहे. भलामोठा! अर्थात कालमानाबरोबर त्याची खूप पडझड झाली आहे. बाहेरून पाहणाराला मोठमोठ्या फाडी रचून उभारलेल्या या भिंताडाआड चार हात राहण्यालायक जागा असेल, असं मुळीच वाटायचं नाही; पण कुठल्याही एका खिंडारातून आत गेलं की, चांगली तीस-चाळीस खण इमारत उभी असलेली दिसेल. दर्शनी कडेपाट सोपा तर मोठा फक्कड आहे. गिलाव्याच्या भिंतींना रंगरंगोटी केलेली. जागोजाग तसबिरी. खुंटीला अडकविलेली तोड्याची बंदूक, तलवार, खाली भलंमोठं जाजम, त्यावर गालिचा, गादी, तक्के. सारा थाट मोठा खानदानी.

या सोप्यात पानाचा बटवा घेऊन अडकित्त्यानं सुपारी कातरत आणि तोंडानं वरचेवर 'हरे राम, हरे राम' म्हणत बन्याबापू बसतात. या एवढ्या मोठ्या इमारतीत सारी तीन माणसं आहेत. एक बन्याबापू, दुसरी त्यांची विधवा सून सरूबाई आणि तिसरा बापूंचा एक अडाणी पुतण्या. बस, सारी तीनच माणसं!

बापूंना पाहिल्यावर ही एक थोर असामी आहे, हे ताबडतोब कळतं. सत्तरी उलटून गेलेला म्हातारा; पण अजून खैराच्या खोडासारखा चिवट, टणक, उंचापुरा, बांध्यानं नीटनेटका. रंगानं गोरापान. कपाळ भव्य, नाक तरतरीत आणि या सर्वांना शोभून दिसणारे पांढरे शुभ्र केस आणि गाल-मिशा.

कधी काळी बापूंनी अत्तराचे दिवे जाळले असतील आणि पैशांच्या ढिगांवर नायकिणी नाचविल्या असतील; आता त्या केवळ सांगीवांगीच्या गोष्टी! पूर्वीचं वैभव आता पार गेलं आहे. काप गेलेत नि भोकं उरली आहेत. बापूंनाही या गोष्टीची जाणीव असेल, पण म्हातारा अद्यापही त्या काळातच आहे. रेशनिंग, महागाई या गोष्टींपासून ते फार दूर आहेत. गेलं गेलं म्हटलं तरी दहा-पाच जमिनींच्या धांदोट्या अद्याप शिल्लक आहेत आणि बापूंच्या हयातीत त्या त्यांना पुरून उरतील. शेवटपर्यंत बापू काही आपला इनामदारी खाक्या सोडणार नाहीत. दानत थांबविणार नाहीत. आपण इनामदार आहोत, या समजुतीपासून रेसभर ढळणार नाहीत. तुम्ही केव्हाही

जा – बापूंचा पाहुणचार हा मिळणारच! ओसरी चढून वर गेलात की, सुपारी कातरत-कातरतच वर मान करून पाहतील. प्रसन्नपणानं हसतील. विडाभरल्या तोंडानं म्हणतील, "अरे, या या! सुस्वागतम्! सुस्वागतम्!"

दोन्ही हात जोडून चांगला घवघवीत नमस्कार करतील आणि बैठकीवर थाप मारून म्हणतील, "बसा, बसा."

आणि मग कुशल प्रश्न विचारत-विचारतच म्हणतील, "हरे राम, हरे राम! सरूबाई, दूध द्या पाहू दोन पेले पाठवून!"

तुम्ही संकोचून चुळबूळ कराल आणि म्हणाल, "कशाला बापू? थोडं पाणी द्या, म्हणजे झालं!"

त्यावर भिवया चढवून आणि हात पुढे करून बापू तुम्हाला चूप करतील. शेजारच्या पिकदाणीत पिंक टाकतील आणि मग मोकळ्या तोंडानं दटावतील, "वा वा! हे काय बोलणं झालं? बन्याबापूंच्या घरी आलेला माणूस पाणी पिऊन जाणार? भलतंच! आणि सरूताई, बेसनाचे चार लाडूही द्या पाठवून."

एवढंही करून ते थांबणार नाहीत. स्वत: उठतील. चंदनाचा धूप वगैरे करतील. कधी अत्तराचा फाया देतील, तर कधी जाईजुईची, मोगऱ्याची ओंजळभर फुलं!

"ही कनोजी अत्तरं मोठी सुवासिक आहेत बरं का! आमचा जगन्नाथराव फार षोकी अत्तराचा. त्याच्यासाठी मुद्दाम मागविली ही!"

मग क्वचित, मोठ्या जिव्हाळ्यानं, ते जगन्नाथाच्या मोठ्या मुलाच्या हकिगती सांगतील इकडच्या-तिकडच्या.

"गेला आम्हाला म्हातारपणी सोडून. असो, प्रभूची मर्जी! हरे राम, हरे राम!"

क्षणभर दोन्ही तळवे एकमेकांवर ठेवून ते आढ्याकडे पाहतील आणि लगेच त्यांचा हा मनोभाव बदलेल. अर्थात हे नेहमी नाही, क्वचित एखाद्यापाशीच. नाहीतर मग इतर ऐसपैस गप्पा.

"हा महाराजा, हिटलर म्हणजे मोठ्ठा हिम्मतवान माणूस हं! खरा मर्द! आता दैवगती फिरली आणि तो असा कुत्र्याच्या मौतीनं मेला, हे सोडून द्या! पण असा माणूस युगायुगातून एखादा जन्मायचा! काय, खरं ना?"

तुम्ही होकार दिलाच पाहिजे, कारण काहीही बोलून झालं की, बापू 'काय खरं ना?' म्हणून विचारणारच. त्यांच्या कलाकलानं तुम्ही बोलू लागतात, होकार देऊ लागलात की, बापूंच्या गप्पा आणखी वाढतील.

"दहा सालच्या बंडातली चळवळी मंडळी इथं रेवणसिद्धाच्या डोंगरात राहत होती बरं का, अगदी बिनधोक हत्यारपात्यारासहित. आपला हा भाग तसा चांगला आहे हां महाराजा!"

त्यांच्या शरीरप्रकृतीप्रमाणे त्यांचा आवाजही आहे. बोलताना ते भारी गडबडीनं बोलतात आणि भुवया उंचावून अन् हनुवटी मानेशी टेकून डोकं हलवीत म्हणतात, ''हां महाराजा!'' म्हणजे आपलं बोलणं हे अगदी बरोबर आहे आणि महत्त्वाचं आहे याची खात्री ऐकणाराला पटवून देतात.

शिकारकथा, रानात प्रवास करताना पडलेले चकवे, गुप्त धनाच्या गोष्टी, नवं-जुनं राजकारण आणि अनेक थोरामोठ्या लोकांच्या गोष्टी... बापू बोलायला लागले म्हणजे यांपैकी किती ऐकायला मिळेल, ते सांगता येत नाही.

''एकोणीसशे सतरा-अठरा सालची गोष्ट. आम्ही आणि बनपुरीचे देशमुख आबासाहेब तिकडं किन्हईकडल्या बाजूला गेलो होतो. दोघांनाही शिकारीचा नाद जबर आणि तिकडल्या भागात रानडुकरं अति! एके दिवशी सकाळच्या प्रहरी उठून बंदुका घेतल्या आणि निघालो डोंगर तुडवीत. दिवसभर फिरून-फिरून झीट आली तरी सावज मिळालं नाही. बरं, सावज मिळाल्याशिवाय रिकाम्या हातानं परत जायचं नाही. रात्र काढावी लागली रानात तरी बेहत्तर! शेवटी दिवस कलायच्या सुमारास एक चांगला मस्तवाल डुक्कर उठला. दोघेही सरसावलो. धावून जायची सोय नाही. अंगावर येईल म्हणून झुडपाआड बसून वाट पाहिली; पण तो गुलाम क्षणभर दिसला ना दिसला नि कुठं गडप झाला, प्रभू जाणे! म्हटलं, जाऊ द्यायचा नाही. इथं आसपास कुठं पिकात असेल. धुंडाळायला लागलो रानं! मी एकीकडे आणि दुसरीकडे ते. शोधता-शोधता रानात कमरभर खपलीत उभा राहिलेला डुक्कर दिसला. लपत-लपत जवळ गेलो, पिंपरणीच्या बुंध्याआड उभा राहिलो आणि आता आवाज टाकणार तो गोंग उठली, ''मेला, मेला! दारक्या मेला रं!''

''आणि त्यासरशी लंगोटी लावून खपलीत दारं धरणारा काळाभिन्न पोरगा ताठ उभा राहिला. आबा बंदूक टाकून खो-खो हसत बसला. बोलला, ''ठीक करीत होतास आज! डुक्कर म्हणून गरीब दारक्या मारत होतास ठार! नसती बिलामत!'' आणि ही गमतीदार हकिगत सांगून बापू सात मजली हसतील आणि विचारतील, ''आहे की नाही मजा?''

तुम्ही जाण्यासाठी चुळबुळत असाल, तर धूर्त बापूंच्या लगेच ध्यानात येईल.

''अरे अरे, बराच वेळ झाला की! सवड आहे ना? नाहीतर....''

''नाही, तशी सवड आहे, पण पुन्हा कधीतरी....''

''वा वा! अवश्य अवश्य!''

बापू चार पावलं घालवायला येतील आणि पुन्हा एकदा भरघोस नमस्कार करून निरोप द्यायच्या वेळी नेहमी म्हणतात तो गीतेतला श्लोक खणखणीत आवाजात म्हणतील,

''यत्र योगेश्वरः कृष्णः तत्र पार्थो धनुर्धरः''

तांबड्या रंगाच्या बनातीचा एक भलाथोरला बटवा बापूंजवळ हमेशा असतो. त्या बटव्याला शोभतीलशाच अनेक चांदीच्या डब्या त्यात आहेत. तमाखू, केशर घातलेला चुना, पांढरा कात, सुवासिक सुपारी, काळी तपकीर, लवंग, वेलची, जायफळ अशा जिनसा त्या डब्यात आहेत आणि मेणकापडामध्ये गुंडाळलेली कळीदार खायची पानं. हे सारं मला माहीत आहे. कारण बापू पान खाताना या जिनसा बटव्यातून निघतात.

तालुक्याच्या गावी आठवड्यातून बापूंची एखादी फेरी असतेच. सर्व्हिस मोटार फार वेळ वाडीत उभी राहिली की, खुशाल समजावं, बापू येणार आहेत. मोटारीतली नवखी माणसं या उशिरानं कुरकुरतात आणि चाकावर हात ठेवून विडी फुंकीत बसलेल्या कम्या (नाव कमरुद्दीन) ड्रायव्हरला म्हणतात, ''जाऊ या की! दिस मावळला.''

पण तो या कुरकुरीकडे कधी लक्ष देत नाही. त्याचा तो संथपणा पाहिल्यावर 'शिटा' अगदीच चडफडतात. ''कोण बाजीराव यायचा हाय, कुनाला ठावं! एवढा पंचहत्यारी हाय, तर ठिवावी मोटार!'' असं बोलतात आणि बटवा खांद्यावर टाकून धांदलीधांदलीनं बापू मोटारीकडे येतात. डोक्याला जरीकाठी रुमाल. अंगात पांढरा स्वच्छ अंगरखा. त्याच्यावर पांढराच लांब कोट. पायघोळ धोतर आणि खाली तांबडालाल जोडा. गळ्याभोवती जरीकाठी उपरणं.

खास त्यांच्यासाठी ठेवलेल्या फ्रंट सीटला बसल्या-बसल्याच ते म्हणतात, ''हां, जाऊ द्या भाईसाहेब. मंडळींना फार वेळ तिष्ठावं लागलं असेल.''

मोटार सुरू होते. बापूंचं अघळपघळ बोलणंही चालू होतं. बटवा निघतो आणि ओळखीच्या माणसांबरोबर अनोळखी माणसांनाही साऱ्या मोटारभर जेव्हा चवदार विडे मिळतात, तेव्हा कुरबुरणाऱ्या शिटा मनात म्हणतात, 'भला माणूस दिसतो! इतरावाणी नुसतीच नाही अक्कड!'

आणि खरोखरीच बन्याबापू हा भला माणूस आहे. त्याचा बडेजाव नसतो. महाराठोरांना बापूंच्या घरी बक्कळ मिळतं म्हणून ते त्यांना मानतात. काही काम पडलं म्हणजे चावडीच्या जोत्यावर उभे राहून महारवाड्याकडे तोंड करून बापू हाळी देतात, ''अरेऽ बोधल्या, नामज्या, तबाऽऽ''

आणि दहा-पाच महार मुंडाशी आवळीत पळत चावडीकडे येतात. एखाद्या महाराहातून आगळीक झाली, तर चावडीच्या जोत्यावर उभं राहून ते त्याला पुढे उभं करतात आणि धोंडा फुटेल असं बोलतात. राग फारच आला तर ते पायातला जोडा काढून त्याला फेकून मारतील आणि पुन्हा गुरकावतील, ''जोडा इकडे टाक!''

बिचारा महार जोडा उचलून बापूंजवळ टाकतो न टाकतो तोच, तो जोडा पुन्हा त्याच्या अंगावर बसतो आणि बापू पुन्हा गरजतात – ''जोडा इकडे टाक!''

आणि अशा रीतीनं विटाळ न होऊ देता एखाद्या महाराला बापू रक्तबंबाळ करतील. संतापून हवं ते बोलतील आणि पुन्हा म्हणतील, "रक्तानं निथळत उभा राहिलाय शिंचा आणि केवढी खोक पडलीये कपाळाला! चल वाड्याकडे, पानकणीस देतो. ते भर त्या जखमेत आणि पट्टी टाक बांधून! गद्धा!"

एखाद्या आईची मुलाशी वागण्याची जी तऱ्हा, ती बापूंची गावातल्या माणसांशी वागण्याची. कोणी का असेना, बापू त्याला एकेरी हाकारतील. त्याचं वय, प्रतिष्ठा काहीही लक्षात न घेता त्याला एखादं काम सांगतील. मग तो गावातला कोणी का असेना. साठ वर्षांचा म्हातारा असला, तरी "अरे ए गोंदा, इकडे ये! त्या संभा पाटलाच्या बागेत जा आणि चांगली पिवळीजर्द लिंबं घेऊन ये चाळीस-पन्नास. बापूंनी मागितली आहेत म्हणावं!" आणि त्यांचा शब्द सहसा कोणी मोडतही नाही. गावातल्या लोकांना बापूंच्याएकी जिव्हाळा आहे. जुनं माणूस म्हणून सगळे त्यांना मानतात.

व्यवहारी जगात बापूंची किंमत 'एक भंपक' माणूस म्हणून होईल. त्यांचा चांगुलपणा वजा टाकूनच लोक बोलतील, 'हं, या अशा उधळेपणानंच सारं गमावलं! आता चार जमिनी राहिल्या आहेत, त्याही पुरी-बासुंदीपायी फुंकून टाकतील आणि बसतील झालं!' अशा शब्दांनीच त्यांची संभावना होईल. होईना बापडी! पण बापूंची दानत सुटणार नाही. अभिमान संपणार नाही. जवळचं सारं दुसऱ्याला वाटून टाकून निष्कांचन होऊनही बापू एके दिवशी समाधानानं हसतील, असं मला नेहमी वाटतं!

अगदी अलीकडे एक बातमी समजली आणि क्षणभर मी वेड्यासारखा गप्प उभा राहिलो. महात्माजींच्या वधानंतर झालेल्या प्रचंड जाळपोळीचं लोण माणदेशात पोचलं होतं आणि त्यात वाडीतला बन्याबापूंचा वाडा आतल्या साऱ्या वस्तूंसह पेटविला गेला होता. अंगावरील एका वस्त्रानिशी बापू, त्यांची सून आणि पुतण्या बाहेर पडले. स्वतःच्या डोळ्यांनी बापूंनी तो अवाढव्य वाडा राख झालेला पाहिला! काहीएक शिल्लक राहिलं नाही.

बघणाऱ्या इतर गावकऱ्यांची माथी तरकून गेली, मग बापूंचं काय झालं असेल?

इतर मराठे मंडळींनी स्वतःच्या घरी येऊन राहण्याबद्दल खूप आग्रह केला, पण बापू गेले नाहीत. ते तोंड भरून हसले आणि बोलले, "ठीक झालं! घुशी आणि ढेकूण भारी झाले होते वाड्यात!"

या विनोदानं गावकरी मंडळींना अधिकच अवघड वाटलं. आमच्या घरी नाही तर नाही, निदान मारुतीच्या देवळात राहा, आम्ही सर्व काही पुरवितो, म्हणून मंडळी काकुळती आली; पण बापू म्हणाले, "काही नको. मी आपला माझ्या रानात झोपडी

बांधून राहतो. बन्याबापू कुणाचे उपकार घेणार नाहीत!''

आणि हल्ली बापू रानात झोपडी बांधून राहतात. बापूंच्या बरोबर साऱ्या वाडीची कळाही रानात निघून गेली आहे. जळत्या वाड्याच्या राखेत पोरंबाळं काही गावतं का म्हणून हिंडतात; कुत्री-गाढवं लोळतात! गोरगरीब ते बघतात आणि म्हणतात, ''अगाई, वंगाळ वंगाळ झालं! असला तालेवार बामन, पन त्येच्यावर काय ह्यो परसंग आला!''

■

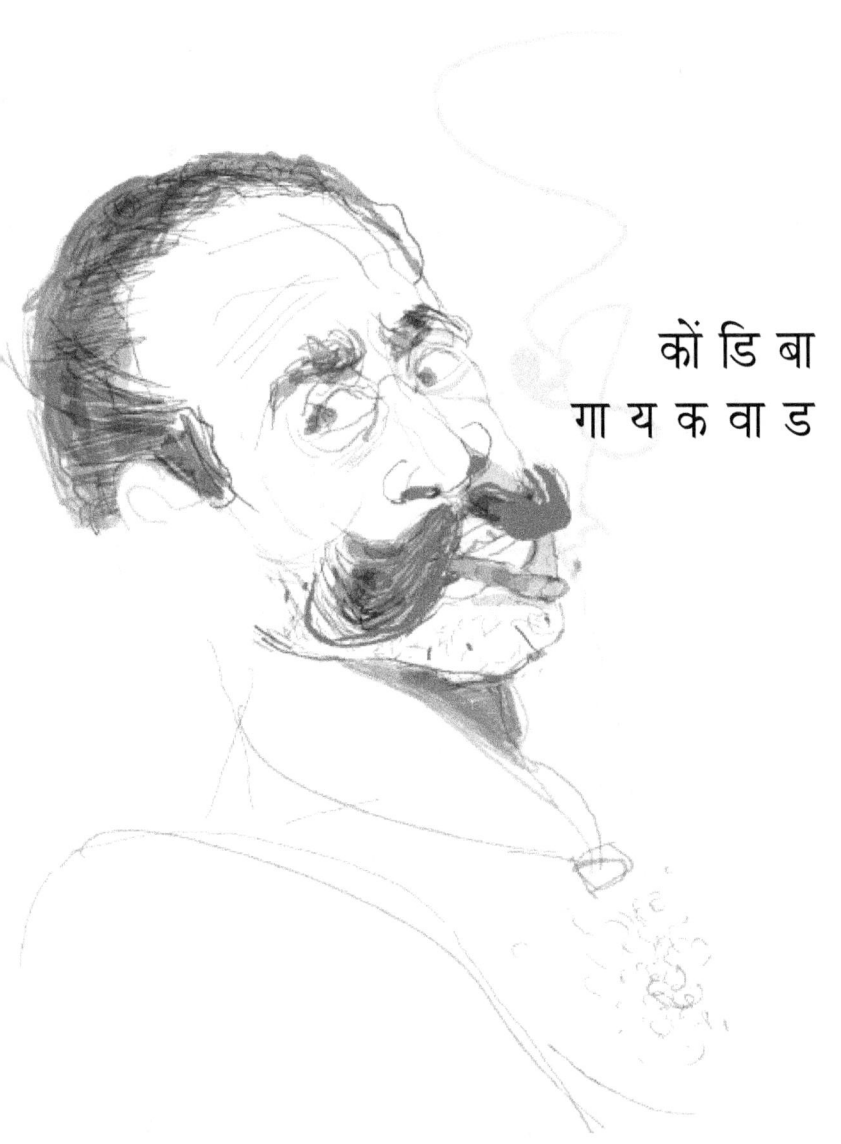

७

कोंडिबा गायकवाड

माझं आजोळ हे एक अति डामरट गाव आहे. अख्ख्या माणदेशात प्रसिद्ध आहे. गाव गायकवाडांचं आहे. इतरांपेक्षा त्यांचा भरणा अधिक आहे आणि ही गायकवाड मंडळी मोठी बलदंड, उफराट्या काळजाची आहेत. रांगडी आणि असंस्कृत आहेत. 'जीव घेईन', 'कुऱ्हाडीनं तोडीन' या धमक्या तिथल्या पोराबाळांच्या तोंडी आहेत. दरसाल तिथं एखाद-दुसरा खून होतो आणि काठ्या-कुऱ्हाडीच्या हाणामाऱ्या रोज.

आमचा वाटेकरी कोंडिबा गायकवाड त्यातलाच. मिशीवर पालथी मूठ फिरवत तो कुणा वाटेल त्याला दम भरतो –

"अरं, गायकवाडाचं बीज हाय! डोळं काढून हातात ठेवीन!"

कुणाचा तुच्छतापूर्वक उल्लेख करायचा असला म्हणजे म्हणतो, "त्या गरिबाचा काय दम हाय! फराळ्यावारी जाईल!" कुणी म्हणालं, "अरं कोंडिबा, त्यो अंमलदार तुझ्यावर बिथरलाय!" म्हणजे उत्तर देतो, "अरं जा! असलं अंमलदार कोंडिबाच्या घराच्या पायरीला धोंडं असत्यात; पाय देऊन वर जात असतो!" बस! कोंडिबापुढे सगळी दुनिया क्षुद्र आहे, गरीब आहे. त्याला वाकविणारा वीर आलम् दुनियेत नाही.

सहा महिन्यांपूर्वी मी खंड आणण्यासाठी कोंडिबाकडे गेलो. तो आपल्या घराच्या जोत्यावर बसून तुटलेला आसड नीट करीत होता. उघडाच. आपली काळी कातडी उन्हात तापवीत बसला होता, एखाद्या माजलेल्या रेड्यासारखा. सांध्यांत गाठाळलेल्या जाड बोटांनी आसड नीट करताना त्याच्या दंडावरच्या बेडक्या मागंपुढं हलत होत्या. गळ्यात पेटी, रुंद छाताडावर केसांचं जाळं, पिंढऱ्यांचे गोळेही तसेच, वरवंट्यासारखे कठीण. कोंडिबा अंगापिंडानं भलताच थोराड, उग्र.

माझ्याकडे बघितल्यावर आपला वाघासारखा जबडा उघडून गुरगुरला, "या, मळा बघाय आला काय?"

त्याचं बोलणं नेहमी असंच राठ. मऊपणा कोंडिबापाशी औषधाला नव्हता.

मी आलो होतो खंड मागण्यापायी, पण तसं एकदम सांगण्याची सोय नव्हती. म्हणून म्हणालो, "होय, आलो सहज. म्हटलं बघावं."

कोंडिबाचा डावा हात सुजला होता. त्याला फडकं गुंडाळलं होतं. पंजालासुद्धा सूज होती. म्हणून मी विचारलं, "हाताला काय झालं कोंडिबा?"

"काय न्हाई, वाईस मार लागलाय!"

"कशाचा?"

"काठ्यांचा. तुमच्या रानापायी चाललीया की झंगाझंगी! डोस्की फुटत्याती रोज. माजी गुरं त्याच्या रानात शिरली म्हणून संतू आन् त्याची दोन पोरं अंगावर आली. बाचाबाची झाली. त्यांनी काठ्या हानल्या. टकुऱ्याला लागत्याल म्हणून हात

वर केला. समद्या काठ्या हातावर पडल्या ह्या!''

कोंडिबाला गावाशेजारी असं चांगलंसं रान नव्हतं, म्हणून आज कित्येक वर्षं तो आमचा मळा खंडानं करीत होता. त्याच्यावर त्याचा चांगला गुजराणा होत होता. त्याला संतू नावाचा एक मोठा भाऊ होता. त्याची आणि कोंडिबाची तेढ होती. दोघे एकमेकांचे वैरी होते. संतूनं आम्हाला कैक वेळा सांगितलं, ''कोंड्या देतोय त्यापरीस पंचवीस-पन्नास मी आगाऊ देतो. त्याच्याकडून काढून मळा मला लावा.'' याउलट कोंडिबा नेहमी म्हणायचा, ''दुसरं कोण ही जमीन करतंय, बघू दे. बांधाच्या आत त्यानं पाऊल टाकलं की, त्याचा मुडदा पाडलाच म्हणून समजावं. मग फासावर का जायाचं होईना!'' इरेला पडून संतूनं आमच्या बांधाला असलेली दुसऱ्याची जमीन खंडानं केली आणि मग रोज लठ्ठालठ्ठी होऊ लागली. डोस्की फुटू लागली.

मी म्हणालो, ''अजून तुमची तेढ संपली नाही म्हणायची!''

त्यावर कोंडिबानं अगदी सहज उत्तर दिलं, ''दोघांपैकी कुनाचातरी मुडदा त्या रानात पडल्याबिगार कुटली संपतीया!''

आणि आत बघून त्यानं हाळी दिली, ''दूध बघ कुठंतरी आन् वाईसा च्या कर गं! वाटेकरी आल्यात!''

मागच्या खेपेस मी आलो होतो, तेव्हा कोंडिबाकडे एक चांगली म्हैस होती. ती आता कुठे गोठ्यात दिसत नव्हती. क्वचित मळ्यात असेल, म्हणून मी विचारलं, ''दूध बघण्याची का पाळी कोंडिबा? म्हैस आटली का काय एवढ्यात? लवकर आटली म्हणायची!''

वादीला मुरगळे मारता-मारता कोंडिबा थांबला. छातीवरचे केस चोळीत हेल काढून बोलला, ''म्हस मेली देवा. आता दुभतं न्हाई घरात!''

''आँ? मेली कशानं? चांगली हत्तीसारखी म्हैस, काय झालं एकाएकी? रोगानं मेली काय?''

''न्हाई.'' उगीच हसल्यासारखं करून कोंडिबा म्हणाला, ''माझ्या हातनंच मेली. अरवाळी होती वाईशी. एकदा धारच देईना. मस्त खटपट करून थांबलो. कासंला हात घातला की लाथ झाडायची. मला आला काव. त्या सपाट्यात ठोकली लोढण्यानं. बेसुमार ठोकली. आन् कुठं अवलगामी ठोका बसला का काय, कुनाला ठावं. वराडली जोरकस. आवं, गरागरा अंगाभोवती फिरून धाडकन पडली खाली. पडली ती परानच गेला!''

कोंडिबानं अगदी सहजगत्या ही हकिगत सांगितली. तो हळहळला नाही की त्याच्या निबरट तोंडावर दिलगिरी दिसली नाही. स्वरात तर नाहीच नाही! त्याच्या हिशेबी, एका जनावराचा प्राण घेणं, ही अगदी मामुली गोष्ट असावी!

चार इकडच्या-तिकडच्या गप्पा झाल्यावर मी मुद्द्याची गोष्ट काढली, "यंदाचा खंड मागण्यासाठी आलो होतो मी कोंडिबा!"

कुत्रं भुंकल्यासारखा तो भुक्कन हसला. त्याच्या त्या हसण्यात 'कशाचा खंड घेऊन बसलाय राव!' ही भावना अगदी स्पष्ट होती. त्या बोलण्याला बगल देऊन त्यानं विचारलं, "काय धूर काढायचं सामान?"

त्याला विडी हवी असावी. मी नकार दिला, तेव्हा उठला आणि आत गेला. विडी पेटवून बाहेर आला. एक सणसणीत झुरका मारून, नाकातून धूर सोडत 'हूं' म्हणून त्यानं विडी माझ्यासमोर धरली. मी पुन्हा मान हलवली, तेव्हा पुन्हा एक दम मारला. तो चिलमीसारखी धरून विडी ओढत होता आणि विडी ओढणं ही एक चैन आहे, असा आविर्भाव त्याच्या चेहऱ्यावर होता.

खंडाच्या कामात कोंडिबा सहजासहजी बधणार नव्हता, हे मला ठाऊक होतं. कारण मागेल तेव्हा बिनबोभाट त्यानं तो आजपर्यंत कधीच दिला नव्हता. आपल्या सवडीनुसार तो आस्ते-आस्ते रक्कम देई. अगदी सावकाश, सवड होईल तेव्हा.

त्याची विडी ओढून झाल्यावर नेट धरून मी पुन्हा विचारलं, "मग? आज पैसे हवेत मला!"

"का? अक्षी पठाणी कायदा हाय का?"

कोंडिबाशी बोलताना जपून, नरमाईनंच बोलावं लागायचं. कारण तो केव्हा बिथरेल, याचा नेम नव्हता.

"तसं नव्हे. उगाच तीनतीनदा, चार-चार कोसांचे हेलपाटे नकोत व्हायला आणि आम्हालाही नड आहे थोडी. दिलेस तर बरं."

"का म्हनलं पठाणी कायदा हाय! असला, तर तो कोंडिबापाशी न्हाई चालायचा."

"अरे, पण...."

"डोक्यात धोंडा घातला तरी पैका न्हाई मिळायचा. न्हाईच माज्यापाशी तं देऊ कुठनं? असल्यावर न्हाई म्हणतोय का?"

"तसं नको करूस. हेलपाटा नको होऊ देऊस माझा."

"अन्नाच्यान, लबाड बोलत न्हाई. ईख खाईन म्हनलं तर पैसा न्हाई. वैरणीला वाईसा भाव येऊ द्या. इकीन आन् देईन. मी का पैका बुडवतोय तुमचा?" कोंडिबाचा स्वर चढला.

"पण मला पाहिजे होते आत्ता. फार नड आहे."

"अरं वा! तुमी जवा येता, तवा असं अडीच कांड्यावरच कसं येता? सावकार हाय का मी? मी का पैका बुडवतोय? आन बुडवायचा असता, तर आज आठ वर्सं झाली, मळा करतोय; त्याचा खंड कशाला दिला असता? आं?"

जास्ती बोलण्यात अर्थ नव्हता. कोंडिबाच्या बायकोनं दिलेल्या पितळीभर शेंगा

खाऊन मी हात हलवीत माघारी गावी आलो.

त्याच्या दुसऱ्याच दिवशी कोंडिबा तालुक्याच्या कचेरीत आला आणि पाचशे रुपये लाच म्हणून त्यानं फौजदाराला दिले! कारण अगदी मामुली होतं. त्याच्या आडदांडपणामुळेच त्याला हा भुर्दंड भरावा लागला होता. गावच्या एका महारानं त्याला न विचारता कुठं ओटाभर कणसं कोंडिबाच्या रानातून खुडून नेली. त्याची चुगली कुणीतरी कोंडिबापाशी केली. या हिरवटानं त्या महाराला बोलावून घरी आणला आणि हातात आसूड घेऊन विचारलं, "सरावन्या, खरं बोल. लुंगं चोरलंस का न्हाई?"

"मरीआईच्यान न्हाई, तुमच्या रानात पाऊलच न्हाई टाकलं मी!"

"खरं?"

"तर, खोटं सांगतुया व्हय जी! मी न्हाई चोरलं लुंगं!"

"तसा सांगायचा न्हाईस. आत्ता तुला बोलायला लावतो बघ!"

कोंडिबा उठला. आसूड काढून पुढे झाला आणि श्रावण्याची पाठ उघडी करून त्यानं त्याला झोडपला. हुरडा झोडपल्यासारखा झोडपला. त्याच्या काळ्या पाठीच्या चिंध्या केल्या! महार गुरासारखा ओरडला. तडफडला, बेशुद्ध झाला. आणि मग कोंडिबाने हात आखडता घेतला.

संध्याकाळी ते महार जे तिरमिरीनं उठलं, ते थेट गेलं तालुक्याला. फौजदारांपुढे पाठ उघडी करून म्हणालं, "सरकार, हेचा न्याव करा. गरिबाची कड घ्या." फौजदारांनी ताबडतोब शिपाई पाठवले आणि कोंडिबाला धरून आणला. कोसला पटका आणि मलमली अंगरखा घालून तो झोकात आला. कचेरीत फौजदार टेबलाशी बसले होते. पहाऱ्यावरच शिपाई बंदूक धरून ताठ उभा राहिला होता. महार कोपऱ्यात उकिडवा बसून राहिला होता.

आत पाऊल टाकताच कोंडिबा त्याच्याकडे पाहून बोलला, "लेका सरावन्या, चार रट्टे हानले तर हतंपतूर आलास. आन् जीव घेतला असता, तर कुठं गेला असतास बरं?"

फौजदार, पहाऱ्यावरचा शिपाई आणि श्रावण्या कोंडिबाच्या या बोलण्यानं अगदी थंड झाले! फौजदाराकडे वळून कोंडिबा पुढे बोलला, "खरं का न्हाई वं सायेब? असल्या फालतू कामासाठी कुनी हतंपातूर येईल का? आं? आता तुमी झालं तरी मला फासावर चढवताय का? बसवाल वरीस-दीड वरीस तुरुंगात आन् द्याल सोडून."

कोंडिबा असं बोलला आणि फौजदाराला एका बाजूला घेऊन त्यानं त्याची मूठ दाबली. महाराला न्याय मिळाला नाही. आपसात तडजोड झाली. खटला मिटला. कोंडिबा सुटला. काहीही न होता मोकळा झाला. ही बातमी आमच्यापर्यंत पोचली

आणि एकदा त्याच्यावर 'कडी' करायची म्हणून मी म्हणालो, "कोंडिबा, डोक्यात धोंडा घातल्यानंतर घरात पैका नव्हता आणि लगेच दुसऱ्या दिवशी फौजदाराची मूठ दाबायला आला कोठून?" मला वाटलं, या गौप्यस्फोटामुळे कोंडिबा ओशाळेल. पण तो मुर्दाडपणानं बोलला, "तसं काना-कोपरा झाडून निघायचं की कायतरी शे-पाचशे. येळ आल्यावर का करायचं?"

संतूची आणि कोंडिबाची तेढ भलतीच वाढली. रोज हाणामाऱ्या होऊ लागल्या. टाळकी फुटू लागली. वर्षभर हा घोळ चालला होता. अखेर कोंडिबा कावला. त्याचं मस्तक फिरलं. संतूला आडवा करण्यासाठी तो टपून राहिला. संतू तयारीत होता. त्याची जवान पोरं त्याच्या मागं नेहमी असायची. तोही फरशी कुऱ्हाड घेतल्याशिवाय एकटा-दुकटा बाहेर पडत नसे. समोरासमोर लढत झाली असती, तरी तो उणा पडला नसता. कोंडिबाबरोबर त्यानं दोन हात केले असते; बरोबरी झाली असती. म्हणून कोंडिबा वाट बघत होता. बेसावध असताना संतूला दगा करण्याचा त्याचा डाव होता.

अखेर वेळ आली. उन्हाची गुरं राखायला गेलेला संतू गाफीलपणे फरशी उशाला घेऊन निंबाला सावलीत झोपला. गार वाऱ्यानं त्याचा डोळा लागला. कुठूनतरी ते कोंडिबानं पाहिलं. सावट होऊ न देता तो हळूहळू गेला आणि निंबाच्या खोडाआड लपून पाहू लागला.

तोंडावर पटक्याचा पदर घेऊन संतू निवांत झोपला होता. त्याची गुरंढोरं सावकाश हिंडत होती. आजूबाजूला माणूस नव्हतं. ऊन झळ्या मारीत होतं.

जीव घ्यायला कोंडिबापाशी काही हत्यार नव्हतं. त्यानं आजूबाजूला पाहिलं. संतूच्या उशाला कुऱ्हाड होती, पण ती काढून घेताना तो जागा झाला असता. हत्यारापायी असली संधी फुकट जात होती.

पाय न वाजविता जाऊन रानात पडलेला एक भलामोठा धोंडा घेऊन कोंडिबा आला. संतूच्या उशाशी येऊन उभा राहिला आणि ओठावर दात रोवून त्यानं भलामोठा श्वास घेतला आणि डोक्याच्यावर नेऊन तो धोंडा संतूच्या डोक्यात घातला. संतू जागच्या जागी ठार झाला.

–मग कोंडिबा घरी गेला नाही की काही नाही. तडक तालुक्याच्या कचेरीत गेला आणि अम्मलदाराला म्हणाला, "मी संत्याच्या डोक्यात धोंडा घालून परान घेतला. काय मला फासावर चढवायचं असेल ते चढवा."

त्याला पुढं चौकशीसाठी जिल्ह्याला न्यायचा होता. त्या दिवशी मी मुद्दाम मोटारीपाशी गेलो. त्याची बायकोपोरंही आली होती. चार हत्यारबंदी शिपायांनी त्याला मोटारपाशी आणला. हातात हातकड्या होत्या. दंडाला काढण्या होत्या. अंगावरचे कपडे मळले होते आणि दाढीही वाढवली होती. वाघाला दरवेशी नेतो,

तसे शिपाई त्याला चालवीत होते.

मी दिसल्यावर कोंडिबा हसला. हातकड्या घातलेले हात वर करून म्हणाला, ''राम राम! जाऊन येतो!''

त्याला त्या स्थितीत पाहून बायकोपोरं रडू लागली. त्यांना वाटलं, 'हा आता कशाचा माघारी येतोय? तो चालला, परत न यायच्या वाटेनं चालला.'

''कारभारीऽऽ'' असा हंबरडा फोडून त्याच्या बायकोनं डोळ्यांना पदर लावला. पोरंही ओरडू लागली. एकच कालवा झाला.

कोंडिबानं आपली खोंडागत गर्दन फिरवली आणि बायकोला डाफरलं, ''गप, रडायला का झालं? अवंदा पीक चांगलं हाय. मळ्यात जुंदळ्याचं डांबार लागलंय. खंडी-दीड खंडी दाणं येत्याल!''

आता या कोंडिबाच्या काळजाला काय म्हणावं?

■

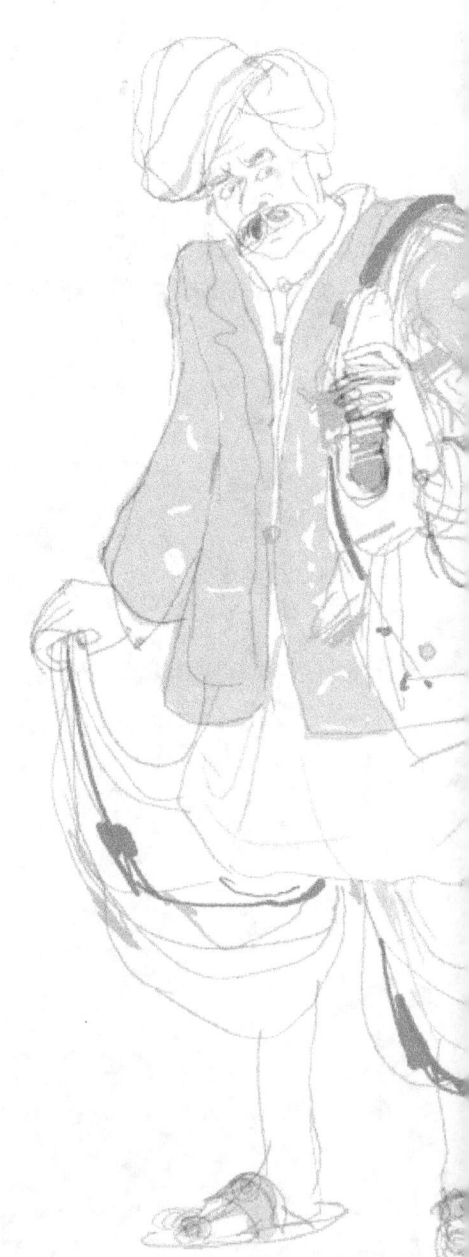

८

शिदा चांभार

शिदा उंचीनं बुटका, पण हाडापेरानं थोराड आहे. रंगानं काळाभोर आणि स्वभावानं मोठा बेरकी आहे. हा माणूस धूर्त आणि लुच्चा असावा, असं त्याच्या तोंडावरूनच वाटतं. शिदा गरीब, पण माजोरी आहे. गरीब पैश्या-अडक्याच्या दृष्टीनं, वागणुकीनं नव्हे. डोक्यावर कसंबसं गुंडाळलेलं मुंडासं, अंगात मळकट सदरा, त्याच्यावर ढगळ जागोजागी पांढऱ्या दोऱ्यानं रफू केलेला असा एक निळ्या रंगाचा लोकरी कोट! खाली एखाद्या देशमुखासारखं झोकात नेसलेलं तांबड्या काठाचं जाड धोतर. त्याचं टोक एका हातात धरून आणि दुसऱ्या हातात एखादा नवा-जुना चप्पलजोड घेऊन घाईघाईनं रस्त्यातून जाता-येताना तो नेहमी नजरेस पडतो.

वहाणा अगदीच फाटल्या होत्या, म्हणून एकदा त्याच्या घरापुढे उभं राहून मी हाक मारली, "अरं ए शिदा, इकडं ये जरा."

तो आला. तोंड वाकडं करून म्हणाला, "का जी?"

"थांब थोडासा." मी आत गेलो आणि फाटकं पायताण घेऊन बाहेर आलो. त्याच्यापुढे टाकून म्हणालो, "हे पायताण एवढं सांधून आण."

शिदानं तोंडातला पानाचा चोथा थुंकला. पुढे होऊन पायताणं हातात घेतली. उलटीपालटी करून पाहिली आणि तो हसला. उपहासानं हसला. त्याच्या त्या हसण्यानं मी अगदी जिरलो. पायताणाची तुटकी वादी धरून मेलेल्या उंदराच्या शेपटाला धरून उचलावं तसं त्यानं ते वर केलं आणि बोलला, "काय ऱ्हायलंय यात सांदन्यासारखं? कुत्र्यानं खाल्लं, तर त्याच्यासुदीक पोटात दुखंल चार दिस. द्या की आता टाकून!"

शिदाचं बोलणं थोडंबहुत खरं होतं. मी पायताणं बदलणं आवश्यक होतं, पण ही गोष्ट आगाऊपणानं त्यानं मला सुचवायला नको होती. त्यामुळे माझा तेजोभंग झाला होता. मी चिडलो होतो, पण तसं बाहेर दाखविण्यातही अर्थ नव्हता.

"खरी गोष्ट शिदा, नवी पायताणं घ्यायला हवीत; पण चाललं आहे झालं चालढकलीवारी. तू बांधशील का?"

माझ्या या प्रश्नावर शिदा पुन्हा ते बोचरं हसला. डोळे मिटून बोलला, "हे काय पुसणं झालं का जी? मी बांधणार न्हाई, तर कोण? नाना न्हावी? अवं, धंदाच करतोय तो!"

माझा चेहरा पुन्हा पडला. आवाज पडू न देण्याची खबरदारी घेऊन मी म्हणालो, "ते कळतंय मला, पण मला पाहिजे तशी बांधशील का? गोंडे लावलेली धनगरी पायताणं नकोत मला!"

"अवं, चांगली बामणी बांधतो की कुरुमच्या कातड्याची! तुमी सांगाल तसली

नक्षी करतो. बोला, मद्राशी पायजेत का कोल्हापुरी?"

"ही आहेत पहिली, तसली बांध."

"ठीक हाय."

"केव्हा देशील?"

मला वाटलं, शिदा आठ-दहा दिवसांची मुदत सांगणार. पण तो पटकन बोलला, "उद्या सांजचं घरी आणून देतो. मग झालं का न्हाई?"

"आण. काय घेणार बोल?"

"काय तुमच्या मनाला पटंल ते द्या."

"तसं नको, तुझा तू दर सांग."

"सांगतला न्हवं का! काय तुमच्या विच्येला ईल ते द्या. मी मुकाट्यानं घेईन. मला ठावं हाय तुमची दानत. तुमी काय कमी देनार न्हाई मला!"

मला कळत होतं की, हा धूर्त माणूस मतलब साधण्यासाठी मला चढवत होता; तरी मी चढलोच.

"बरं चल, घासाघीस नको. काय तुझा नेहमीचा दर असेल त्यापेक्षा चार-आठ आणे जास्ती! पण उद्या आण बरं का!"

"हो-हो, सांजच्यापारी पायात घालून जावा की हवा खायला. मग झालं?"

"ठीक. आणि हेदेखील सांधून आण आता. काय?"

शिदा घुटमळत होता. मुद्दाम तसं दाखवीत होता. मी ते ओळखलं आणि एक रुपया त्याच्या हवाली करून म्हणालो, "हं, हा घे विसार."

तो घेऊन शिदा बोलला, "एवढ्यानं काय भागतंय जी? ढोराकडनं कातडं आनाया पायजे. हातात पैका टाकल्याबगार तो दारात न्हाई उभं करनार!"

"बस्स का! म्हणजे तू कातडं आणून मग...."

"त्याला काय वकुत लागतोय वं! विनाभराचं काम. माज्यापाशी न्हाईती म्हनून, न्हाईतर मी तुमाला तसा इसारबिसार मागनारा न्हवं. अवं मानसं वळकूनच वागायचं!"

नाइलाजानं मी आणखी एक रुपया दिला. तुटकं पायताण तासाभरात सांधून आणतो म्हणून तो निघून गेला आणि चांगला संध्याकाळी आला.

"शाबास शिदा, चांगला आहे तुझा तास!"

"आलो असतो की तासाभरात, पन कामबी तसलंच झालं असतं मंग. पायात घातल्याबराबर पुन्हा तुटलं असतं. आता बघा तर खरं, कसं बंदोबस्तानं सांधलंया. सा महिनं बिनघोर वापरा की!"

वेळ लागल्याचं हे असं समर्थन करून त्यानं चूप केलं. मी मुकाट्यानं पायताण पायात घातलं आणि एक दुणेली काढून त्याच्यापुढे टाकली. ती न उचलता शिदा

बोलला, "पैक्याला काय करता जी? घ्या तुमचा तुमी उचलून. मी न्हाई शिवायचा तिला!"

"मग?"

"काय जुनंपानं असलं तर द्या. तुमच्या नावानं घालीन अंगावर."

शिदाला पैसे नको होते. जुना कपडा पाहिजे होता, म्हणजे चार-दोन आण्यांऐवजी दोन-अडीच रुपयांचा जिन्नस पाहिजे होता. मीही जास्त वितंडवाद घातला नाही. एक जुना सदरा देऊन त्याची बोळवण केली. तरीही तो काही खूश झाला नाही की त्याच्या चेहऱ्यावर आनंद दिसला नाही. तो त्यानं विस्कटून पाहिला. जिथं थोडासा फाटला होता, तिथं बोट घातलं, "जाईल महिना-पंधरा दिस!" असं पुटपुटत त्यानं सदरा गुंडाळून काखोटीला मारला आणि पाठ फिरविली!

एक दिवस गेला, दोन गेले, तीन गेले. शिदा गेला तो तिकडेच. पाण्यात पडल्यासारखा. रस्त्यातही कुठं आढळला नाही. घाबरूनही गेला नाही. वाट बघून कंटाळलो आणि अखेर चरफडत स्वत:च त्याच्या घराकडे गेलो.

तुटक्या पायताणांच्या पसाऱ्यात तो खाली मान घालून बसला होता. आरीनं कातड्याचा जुना तुकडा कोरीत होता. मी तापूनच म्हणालो, "काय शिदा, अरे काय आहे काय विचार?"

तो अगदी थंडपणानं म्हणाला, "बसा."

"कशाला? दुसऱ्या दिवशी आणून देतो म्हणून सांगितलंस गृहस्था आणि आज आठ-दहा दिवस उलटून गेले तरी तुझा पत्ता नाही!"

"चालायचंच!" शिदा बोलला, "वकुत लागायचाच."

त्याच्या या निवांत बोलण्यानं मी अधिक चिडलो.

"हे बघ, तुला होत असलं तर बघ. नाहीतर नाही म्हणून सांग. मी दुसऱ्याकडून बांधून घेईन. तू एवढा निवांत असशील, असं मला वाटलं नव्हतं. अरे, काही वाटतं का नाही तुला?"

शिदानं हातातलं काम संपवलं आणि बायकोला हाळी मारून तो म्हणाला, "अगं, त्या गाडग्यातलं रुपयं घे बघू दोन!"

त्याच्या चेहऱ्यावरून मला वाटलं की, माझ्या बोलण्यानं हा माणूस बिथरला. हा आता विसाराची रक्कम अंगावर टाकणार आणि मग आपल्या पद्धतीनं बोलणार; पण तसं काही घडलं नाही.

बायकोनं आणून दिलेले पैसे कनवटीला मारून शिदा मला म्हणाला, "जातो, कातडं घेऊन येतो ढोऱ्याच्यातनं."

बस्स! म्हणजे शिदानं अद्याप कातडंसुद्धा आणलं नव्हतं!

"म्हणजे? आता कातडं आणणार तू? आणि....?"

"त्याला काय वं वकुत?" शिदा म्हणाला, "तुम्ही लई तावताय. आत्ता

जाऊन कातडं आणतो आन् उद्या सांजचं देतो की पायतान!''

"देशील!'' मी अगदीच खवचटपणं बोलून मान उडवली.

"बगा तर खरं!'' असं म्हणून तो गेलाच.

मीही जळफळत परत आलो. झक मारली आणि या लबाड चांभाराला विसार देऊन बसलो, असं मनाशी म्हणू लागलो.

तो मुर्दाड माणूस आता खूप तंगवणार, अशी माझी खात्री झाली. शिदानं दुरुस्त करून दिलेलं पायताणच मी चार-दोन दिवस ओढलं.

आणि एके दिवशी शिदा आला! हातात नवा जोड घेऊन आला. मी दारातच उभा होतो. खांद्यावरच्या धोतरानं पुसून त्यानं पायताणं माझ्यापुढे टाकली आणि म्हणाला, "घ्या.''

मी ते पायात घालून पाहिलं. घाट बरा होता, पण या माणसावरचा माझा विश्वास आता उडाला होता, म्हणून त्याला मुद्दाम खिजवलं, "शिदा, तळ चांगला बनवला आहेस. माती तर घातली नाहीस या दोन तळांच्या मधी?''

त्यासरशी त्यानं आपला रुंद जबडा वाकडातिकडा केला. हात उडवला.

"काय बोलणं झालं का जी?''

"नाही, आपलं विचारलं. तू कमी नाही करायचास!''

"तसं कशाला?'' पायताण उचलून घेऊन शिदा तावानं बोलला.

"फाडून दाखवू का तुमच्या म्होरं?''

मला वाटलं, मी उगीच बोललो.

"नको, नको. मी आपला सहज बोललो!''

"हं, न्हाई तर संशोय असला तर इथं फाडतो. तसा लबाडपना आपल्या बाच्यानं होनार न्हाई. पोटाला लागलं तर मागून घेईन चार-आठ आनं, पन कामात कुचराई....''

"ठीक.'' शिदाचं बोलणं मला पटलं. साफ मनानं त्याचे पैसे चुकते करून मी त्याची बोळवण केली!

दोन-अडीच महिने गेले आणि शिदानं बांधलेल्या पायताणाचा तळ हळूहळू झिजला. त्याला भोक पडलं आणि तळाच्या मध्ये जाडीसाठी दिलेला मातीचा थर ढासळू लागला. अखेर माझी शंका खरी ठरली! मागावर राहून मी शिदाला गाठला आणि पायताण काढून त्यातली माती उकरीत त्याला म्हणालो, "लेका शिद्या, बघ हे. माती घातलीस होय मधी?''

शिदा सहज उत्तरला, "माती हाय व्हय जी? करल हाय की!''

मी अगदी थंड झालो!

"बोलतोस तोंड वर करून! करल आणि माती यात काय फरक रे?''

"तसं कसं? करलात पानी जिरत न्हाई." मुर्दाडपणानं शिदा बोलला, "का करावं जी? पोटापायी लबाडी करावी लागती! पोट मोटं वाईट हाय धनी!"

मध्यंतरी गांधीवधानंतर गावात जो गोंधळ झाला, जाळपोळ झाली, तेव्हा महारापोरांनी जळत्या घरातली मालमत्ता लुटली. त्यात शिदा आघाडीवर होता. रोज ज्यांच्याशी संबंध यायचा, त्या ब्राह्मणांच्या घरातली भांडीकुंडी, धान्यधुन्य त्यानं त्या धबडग्यात पळवलं. स्वत:ला जाईना तेव्हा बायकोला आणि पोरांना हाक मारली आणि पळवलं!

त्यानंतर त्यानं मोठी चैन केली. चार-आठ आण्याचं रॉकेलचं मोकळं डबडं बाजूला टाकून मोठ्या हंड्यात पाणी तापवलं आणि ते पितळेच्या घंगाळात ओतून तांब्यानं अंगावर ओतून घेऊन अंघोळ केली! गव्हाच्या पोळ्या करून त्याच्या बायकोनं त्याला कल्हई केलेल्या ताटात जेवायला वाढलं. तांब्यातलं पाणी फुलपात्रात ओतून तो बामणावाणी ते प्यायला आणि रात्री एकावर एक दोन गाद्या घालून झोपला. मानेखाली त्यानं उश्या घेतल्या.

बायकोला पुन:पुन्हा तो म्हणाला, "अगं, धांदलीत चुकलंच गं! कापडाची एखादी टरंक आनाय होवी हुती! तुला नेसाय चांगलंचुंगलं मिळालं असतं!"

चार-आठ दिवस त्यानं अगदी चैन केली, पण पुन्हा शिपायांच्या चौकशीला सुरुवात झाली. घरं जळलेल्या ब्राह्मणांना बरोबर घेऊन शिपाई घरोघर हिंडू लागले. हा सुगावा लागताच शिदानं ती सारी भांडीकुंडी आपल्या खोपटामागल्या आडात टाकून दिली. चौकशी झाल्यावर सावकाशीनं तो ती काढणार होता. अगदीच संशय येऊ नये, म्हणून चार-दोन त्यानं घरात ठेवली. गाद्या-उश्यांची मात्र विल्हेवाट त्याला लावता आली नाही.

अखेर त्याच्या खोपटावर धाड आलीच. सगळी बामणं गोळा झाली. जो-तो म्हणू लागला, "शिद्या लेका, आमचं खाऊन आमच्यावर उलटलास? तुझ्या पायात बेड्या ठोकल्या पाहिजेत."

मग पोलिसांनी त्याच्या खोपटाची झडती घेतली. गाद्या, उश्या आणि चार-दोन भांडी एवढाच माल निघाला. तेव्हा सगळी बामणं विलक्षण चवताळली, "शिद्या, माल एवढाच कसा? गव्हाची पोती कुठं आहेत? आणि भांडी? आमच्या घरातली अंथरुणं-पांघरुणं आणलीस, नाही का?"

त्यावर शिदा बोलला, "का बिघडलं जी आनली म्हनून? आगीत जळूनच गेली असती की! गहू आनलं, ते गेलं खाऊन. खायाचा जिन्नस कुटला ऱ्हातुया! ही चार भांडी हैती. चांभारानं शिवलेली चालत असली, तर न्या जा बापडी!"

■

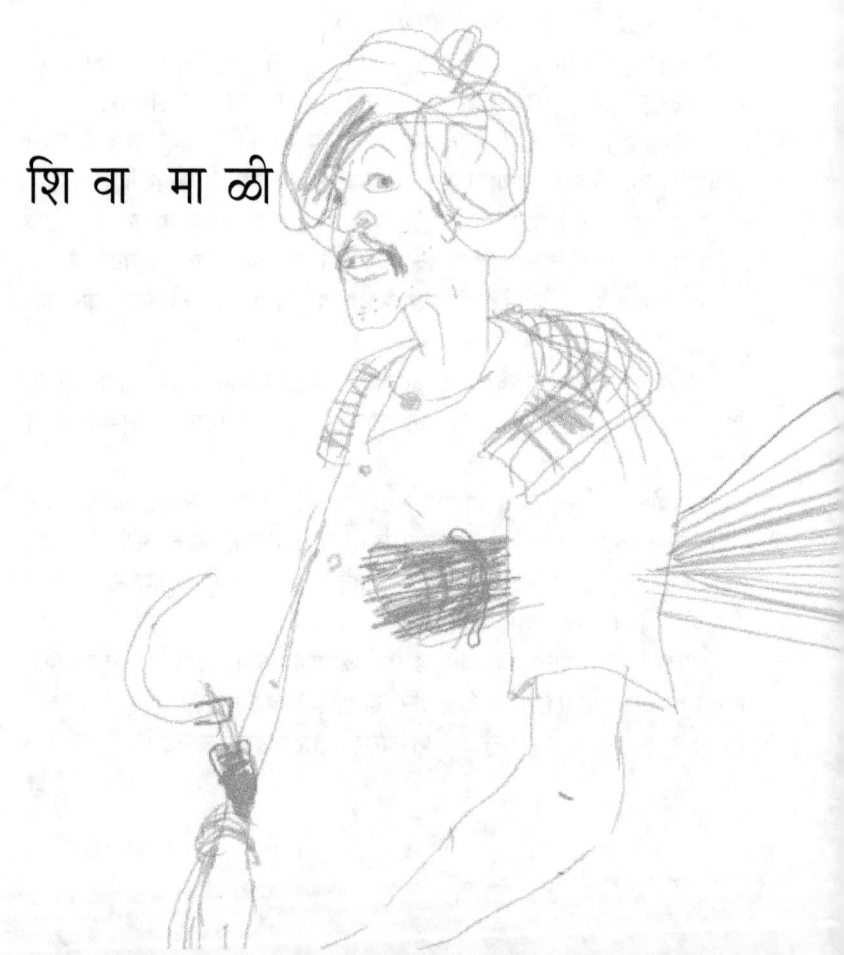

शिवा माळी

बऱ्याच दिवसांनी शिवा वाटेत भेटला. तो अंगानं भलताच वाळला होता आणि त्याच्या तोंडावरची कळाही पार नाहीशी झाली होती. अंगावर धडुतंही धड नव्हती. खाली मान घालून तो चालला होता. वासपूस करावी, असा विचार मनात येऊन मी हाक मारली, ''काय शिवा, कुणीकडं?''

शिवानं वर पाहिलं. मला पाहताच त्याचा चेहरा अधिकच अपराधी झाला. कुडत्याच्या गुंडीशी चाळा करीत तो म्हणाला, ''बरं हाय जी!'' त्याला वाटलं, मी विचारलं, कसं काय?

पुढे काय बोलावं याची मलाही फिकीर पडली. मला सारंकाही माहिती होतं. शिवा सजा भोगून नुकताच सुटला होता, हे माहिती होतं. अगोदरच तो बिचारा दु:खी असायचा. आपण जास्त कळकळ दाखविली, तरी त्याचा गळा दाटून यायचा. न बोलावं तरी ओळखीची माणसं बोलायलासुद्धा राजी नाहीत, असं वाटून तो कष्टी व्हायचा!

''बायको-पोरं खुशाल आहेत?''

''व्हय, हैती खुशाल!''

विचारण्यासारखं पुष्कळ होतं, पण मन धजेना. मी आपला काही वेळ गप्पच राहिलो. तीच गत त्याचीही झाली असावी. एवढा बडबड्या शिवा, पण खाली मुंडी घालून उभा होता.

''बराय, मग घराकडे ये सवडीनं.''

शिवा कसासाच हसला आणि बोलला, ''सवड कशाची? कसलं काम हाय आता? मलाबी चार गोष्टी तुमच्यासंगं करायच्या हैत्या. येवं का घरी?''

मी होकारार्थी मान डोलावली.

'बराय' म्हणून शिवा पुढे गेला. कोष्टी गल्लीकडे जाणाऱ्या बोळात शिरून दिसेनासा झाला.

शिवा प्रायमरी स्कूलचा गडी. घंटा देणं, झाडलोट करणं, शाळेपुढच्या बागेची निगा राखणं असली हरएक कामं त्याच्याकडे होती. आणि तो ती चोख बजावीत होता. त्याबद्दल शाळाखातं त्याला रोख सोळा रुपये पगार देत होतं. सच्च्या वागणुकीनं शिवा सगळ्या मास्तर लोकांची मर्जी सांभाळून होता. त्यांच्या घरची बारकीचिरकी कामंसुद्धा तो नडीअडीला करीत असे. त्यामुळे जुनेपाने अंगरखे, कोट, धोतरं त्याला त्यांच्याकडून मिळत. पदरचं खर्चून कपडे करण्याची जरुरी त्याला कधी पडत नसे. सणावारी आवर्जून बोलावून त्याला गोडधोडही मिळे. सर्वांशी लागून असल्यामुळे शिवाबद्दल सर्वांना आपलेपणा होता. तो बोलणाराही जबरदस्त. एखाद्या बालिष्टरासारखा.

शिवा अडाणी होता. प्रथम-प्रथम घंटा देण्याच्या वेळी कोणीतरी घड्याळ पाहून त्याला सांगावं लागे. मग पुढे सरावानं त्याला आकडे उमगू लागले. त्याला गावात स्वत:चं घर नव्हतं आणि रानही नव्हतं. म्हणून तो ही सरकारी नोकरी करीत होता आणि प्रपंच चालवीत होता. नाहीतर माळ्याच्या जातीत जन्माला येऊन शेतीभाती करायची सोडून सरकारी चाकरी कोण करील? शिवा दिवस उगवला की, किल्ल्या घेऊन येऊन शाळा उघडी. झाडलोट करी. घंटा देई. त्याची तरणीताठी बायको रानात रोजगारानं कामाला जाई आणि सहा-सात वर्षांचं पोरगं कधी शाळेकडे येई, नाहीतर गावात हुदड्या मारी. पोरासाठी आणि शिवासाठी घरात टोपल्यात भाकरी आणि कोरड्यास झाकून ठेवलेलं असे. भुकेची वेळ झाली की, पोरगं दार उघडी आणि भाकरी खाई. सकाळची शाळा सुटली की, शिवाही घरी जाऊन तुकडा चावी. पुन्हा दुपारच्या शाळेला जाई. दिवसभर तिघं तिन्हीकडं असत. सांजेला सर्वांची गाठ होई. असा हा शिवा एके दिवशी अचानक पकडला गेला. बंदीत पडला. आम्हा मास्तर लोकांच्या आश्चर्याला पारावार राहिला नाही.

दोन महिन्यांपूर्वी लागोपाठ दोन-तीन घरफोडीचे गुन्हे गावात झाले होते. पोलीसपार्टीने जंग-जंग पछाडले, तरी तलास लागला नाही. गावातले मांग-रामोशी धरून फौजदारांनी फोडून काढले, पण पत्ता लागला नाही आणि मग एके दिवशी अचानक महादू सोनार आणि त्यानंतर लगेच शिवा पकडला गेला. या प्रकारानं सगळं गाव आश्चर्यचकित झालं! सोनार पूर्वीचाच चोर म्हणून माहीत होता, पण शिवा माळी त्यात कसा? या अश्राप माळ्यावर हे बालंट तर आलं नाही ना?

पण तालुक्याच्या गावी खटला चालला, साक्षीपुरावे झाले. शिवाला सजा झाली आणि ती भोगून तो परत गावीही आला.

म्हटल्याप्रमाणे एके दिवशी संध्याकाळी शिवा आला. जेवणवेळ टळून गेल्यावर आला. आमची जेवणं आटोपली होती. वळकटीला टेकून मी सुपारी चघळीत पडलो होतो. तो आला आणि उंबरठ्यालगतच भिंतीला टेकून बसला. म्हणाला, "झाली की जेवनीखानी?"

"होय, झाली आताच. तुझं?"

माझ्या या प्रश्नावर त्यानं उगाचच मुंडाश्याशी चाळवाचाळव केली. खाली-वर पाहिलं. खरं म्हणजे, एवढ्यावरूनच मी ओळखायला हवं होतं; पण माझ्या काही ध्यानात आलं नाही. मग त्यानंच भीड सोडून म्हटलं, "दादा, तुमापाशी का चोरायचं हाय? बळंच जेवनाच्या टाइमाला आलोय. काय कोर अर्धी भाकरी उरली असली तर द्या. आज सकाळधरनं जेवलो न्हाई!"

शिल्लक होतं, ते वाढलं. चूळ भरून शिवा बसला आणि काही न बोलता

त्यानं गटागट ते सारं खाऊन घेतलं. तांब्याभर पाणी ढोसलं आणि ताटवाटी विसळून ती पालथी घातली. चिंध्या झालेल्या धोतराच्या पदरानं तोंड पुसलं आणि समाधानाची ढेकर दिली.

"पोट भरलं का शिवा?"

"व्हय, भरलं."

"सकाळपासून जेवला नाहीस. मग पोरं आणि बायको?"

"ती हतं न्हाईत दादा! कवाच गेली आपल्या बाकडं लेकराला घेऊन. आता म्हनतीया, चोरट्या दादल्यापाशी मी ऱ्हानार न्हाई! त्यो मला मेला आन् मी त्येला मेले."

यावर काही वेळ शिवा गप्प राहिला. मीही मग काही बोलायचं म्हणून म्हणालो, "हे काही खरं नव्हं तिचं. कसाही असला, तरी नवरा तो नवरा. त्याच्याबरोबर गोडधोड खायचं आणि वेळ पडली, तर चार जणांचे जोडेही घ्यायचे!"

माझ्या या बोलण्यावर शिवानं मान हलविली, पण होकार म्हणून नव्हे.

"सरळ हाय दादा तिचं. आपल्याकडनं चुकीच तशी झालीया, तर तिला दोस कशापायी द्येवा?"

आणि मग चुकी कशी झाली, ही हकिगत शिवा हलक्या आवाजात सांगू लागला, "परपंचबी तसा काय उदंड नव्हता, पन सदैव वडावड चालायची. साळंचा पगार आन् बायकूची कमाई ह्यातबी काय भागायचं न्हाई या म्हागाईच्या दिसात. बायकू सारकी कुरबुरायची, 'मला जोडवं न्हाई, मला वाक्या न्हाईत, माज्या कमाईचा समदा पैका घरातच जातुया.' रोज ही खिटखिट ऐकून माजं टकुरं उठायचं. मनाला वाटायचं, हिला एकवार डागिन्यानं न्हाऊ घालावी! पन इतका पैका आनायचा कुनाच्या बापाचा?"

एवढं बोलून शिवा थांबला. मी वळकटीवर रेलून पडलो होतो. डोळे मिटून बोलणं ऐकत होतो, तरी त्यानं विचारलं, "दादा, ऐकताय न्हवं?"

"तर तर! तू सांग, मी ऐकतोय शिवा!"

"काय बोलाना तवा मला वाटलं, तुमचा डोळा गुरमाळला. तुमाला म्हादा सोनार ठावं असंल?"

"होय, चांगला माहीत आहे. चोरटा आहे मोठा! त्याला चार वेळा शिक्षा झाली असेल."

"व्हय, व्हय. त्याला चिलमीचा पर नाद हाय!" पुढचं बोलावं का नको, म्हणून शिवा थोडा घुटमळला.

"आता तुमापाशी कशाला लाजायचं दादा? मलाबी ही बंगाळ सवय हुती. आपल्यापशी पैकाबी नसायचा आन् या नादाच्या कामात जोडीदार लागतो, तवा राती

सामसूम झाल्यावर मीबी त्याच्या दुकानात जायाचा. जाता-जाता चांगली घसट पडली दोघांची.''

''शिवा, गड्या, हा नाद तुला होता, हे मला नव्हतं ठाऊक आणि महादू सोनाराच्या दुकानात तुला कधी पाहिलाही नाही मी!''

शिवा ओशाळला.

''खोटं कशापायी? हुता त्यो नाद, संगतीनं लागल्याला. मनाला लई वाटायचं, हे काम वंगाळ हाय म्हनून! नाद बरा न्हाई; पण तल्लफ हाय. मग आपलं चोरून-मारून राती जायाचं; तुमासारक्याला माहिती पडू नये म्हनून!''

''बरं.''

''वाढूळ दोघं बसायचो बोलत निम्या रातीपतूर. बोलता-बोलता एकवार म्हणालो, ''म्हादा गड्या, पैका बक्कळ मिळंल असा कायतरी मंतर सांग. लई वडावड हुतीया परपंचात. साळंचं रुपयं पानचुन्यालाबी पुरत न्हाईत.'' तसा तो म्हणाला, ''मी सांगतो, पन तुला पटायचं न्हाई! एक चार दिसात लागंल इतका पैका देतो तुला.'' मी बोललो, ''गड्या, सांग. पटवून घ्याचं काम माजं. तू सांगशील ते काय वंगाळ न्हाई. बोल.'' त्यावर त्यानं सांगितलं ते हे घरफोडीचं काम. मी म्हणालो, ''गड्या, हे असलं काम माज्यानं हुयाचं न्हाई. माज्या बापजल्मी असलं ठावं न्हाई.'' पण तो काय ऐकंना. म्हनायचा, ''तू कायसुदीक करू नगंस. कुलूप फोडून ऐवज लांबवायचं काम मी करतो. तू नुसता बाहेरच्या अंगाला कुनी येतं का, ते बगायला ऱ्हा. कुनी आलं, तर खाकर. जे मिळंल, त्यातला निमा वाटा तुला. हाय का कबुली?''

''मी म्हने, ''शिपायांनी धरल्यावर?''

''त्यावर सोनार म्हणायचा, ''तुला नगं त्येची काळजी. धरलं तर मला धरत्याली. मी तुजं नाव सांगायचा न्हाई. आरं, तू का भेतोस? आजपतूर मी कैक चोऱ्या पचवल्यात!'' ''

''दादा, मला चांडाळाला भूल पडली. मी कबूल झालो.''

''म्हणजे शिवा, तू तुझ्या मनानं काही केला नाहीस हा कारभार! सोनारानं तुला हुलीवर घातलं आणि तू फसलास!''

''आता तसं तरी आपन कशापायी म्हनावं? आपलीच बुध फिरली, कली अंगात शिरला; मग कोन काय करनार? झालं, ठरलं. म्हादानं घरं हेरली. नाना देसपांड्याचं, म्हंमद कलालाचं आन् सदा वाण्याचं दुकान.

''राती बाराच्या म्होरं दोघंबी गेलो. नाना देसपांडे बाहेरगावी गेला हुता. मी घरापासनं चांगला दीड-दोन कासर उभा राहिलो. तवर सोनारानं कुलूप फोडून समदं घर लुटलं आन् पुन्हा दार लावून घेऊन कुलूप आडकावून माझ्याकडे आला. वाटणीसाठी गावाबाहेर पडक्या देवळात गेलो. सोनार म्हणाला, ''शिवा, डाव

हुकला. सगळं मिळून तेरा रुपयंच मिळालं. त्यातलं हे साडेसा घे तुला.'' भीतीनं माज्या पोटात उठला हुता गोळा. आन् मला काय? म्हणालो, साडेसा तर साडेसा. आपल्या बाचं काय जातंय? दुसऱ्या दिशी आन् तिसऱ्या दिशी बोभाटा झाला हुता, तरी सोनारानं चपळाईनं वाण्याचा आन् कलालाचा काटा काडला. मला म्हणाला, ''दोनीत मिळून तीस रुपये मिळालं.'' मी पंधरा गप्प घेतलं अन् लावलं कनवटीला.''

''भले शिवा! घरफोडी तिन्ही मिळून झाली हजार-बाराशेची आणि तुला वाटा मिळाला साडेएकवीस रुपये, होय?''

शिवानं दोन्ही हात जमिनीला लावून पुन्हा कपाळाशी जोडले आणि तो बोलला, ''हे बघा दादा, तुमच्या पायापाशी खोटं बोलायचं न्हाई. बहिरोबाच्यानं, सोनारानं तेवढंच रुपयं दिलं आन् मीबी मुकाट्यानं घेतलं. गावात 'चोरी झाली', 'घर फोडलं' म्हणून लई बोभाटा झाला. पोलीस शिपाई कुनालाबी धरून ठोकायला लागलं, तसं तसं माजं चित्त कामाधंद्यावरनं, जेवनाखान्यावरनं उडालं. भेदरल्या सशावानी काळीज झालं आन् महिन्याभरानं एक दिशी कळलं की, शिपायांनी म्हादा सोनाराला धरलं. ती बातमी ऐकली आन् माज्या काळजाचं पानी-पानी झालं. वाटलं, आता आपली काय धडगत न्हाई. सांजचं कसंतरी दोन घास खाल्लं आन् घोंगडं खालवर घालून 'संबू हरा हरा, आलं इगीन दूर करा!' म्हणून आडवा झालो. आन् नेमकं त्याच दिशी भल्या रातीला शिपायांनी घराला गराडा दिला आन् काडन्या लावून कचेरीत नेलं! म्होरचं आता का सांगावं तुमास्नी! लई हाल-हाल झालं. मार खाल्ला, खडी फोडली, मनामनाच्या बेड्या पायात वागविल्या. लई तर लई हाल झालं!''

मला वाटलं, शिवाची हकिगत संपली. म्हणून म्हणालो, ''झाली गोष्ट होऊन गेली शिवा. चुका होतात माणसाच्या हातून. आता पुन्हा आपला कामधंदा कर. नीट राहा. बायको-पोरं आपोआप येतील. त्यांना माया नाही काय?''

''आता कोन धंदा देतंय दादा? तुमासारखी चार मानसं चांगलं म्हनीत हुती, म्हनून चाललं हुतं! आता कोन थारा देतंय? ही चूक झाली, पन जल्मातनं उटलो! आपल्या गावात तोंड दाखवायची लाज झाली. बायको-पोरं जितं आपलं म्हनायला तयार नाहीत, तितं सोयरंधायरं, भाऊबंद काय? आता कशाचा परपंच आन् काय!''

''शिवा, असा कष्टी होऊ नकोस. लोक काही का म्हणेनात, आपण निर्मळ राहिलं म्हणजे झालं!''

''दादा, तुमी रडत्याचं डोळं पुसताया; पन आता जल्मातनं उटलो! आपलं तोंड काळं झालं. आता कुठं भागानगरला जाईन, न्हाईतर इख खाऊन मरेन. ह्या मानदेशात आता शिवा काय ऱ्हानार न्हाई!''

शिवाच्या या बोलण्यानं त्याची समजूत कशी करावी, तेच समजेना. ''छे! छे! वेडा काय!'' एवढंच मी पुन्हा त्याला म्हणत होतो.

शेवटी शिवा भानावर आल्यागत करून म्हणाला, "रात झाली. पडा आता. मनात डाचत होतं, ते एकवार कुनापुढे तरी सांगावं वाटलं. मोकळा झालो. बायको-पोरांची काळजी न्हाई. तिचा बा संभाळील तिला!"

आणि "बराय, राम राम" म्हणून शिवा मुंडासं चाचपडत तशा अपरात्री बाहेर पडला. "अरे थांब, आता झोप इथंच रातच्या रात...." म्हणायलासुद्धा त्यानं अवकाश ठेवला नाही. तो बाहेर पडला.

त्यावर शिवा अद्याप मला भेटला नाही!

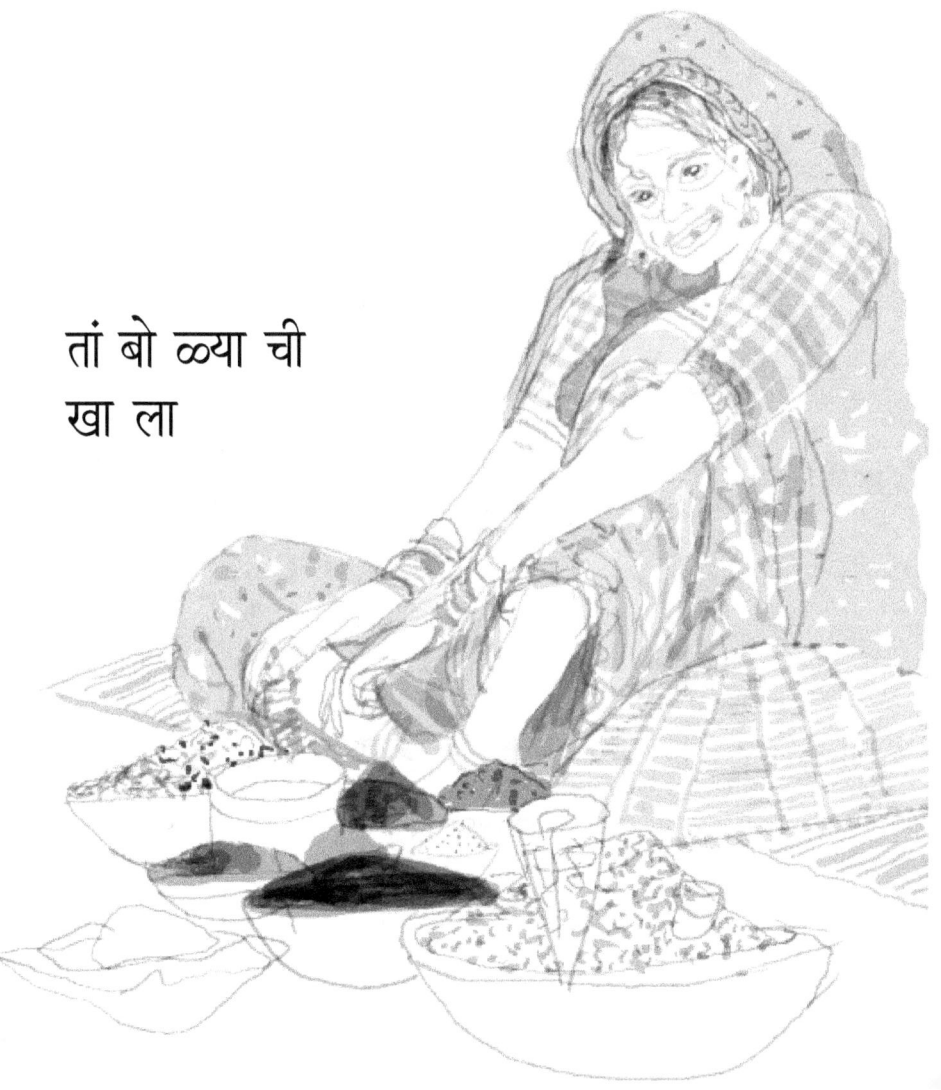

तां बो ळ्या ची
खा ला

इंग्रजी चौथीला होतो तेव्हा मी. गावच्या एका सांदीकोपऱ्याला असलेल्या वाड्यातली खोली अभ्यासासाठी घेतली होती. अभ्यासासाठी म्हणण्यापेक्षा झोपण्यासाठी, पत्ते खेळण्यासाठी आणि चकाट्या पिटण्यासाठीच. मी आणि माझा एक मित्र – वसंता त्याचं नाव – घरी हातावर पाणी पडलं की, या खोलीत येत असू. संध्याकाळी कधीकधी दिवा लावण्याचीही जरुरी पडायची नाही. अंधारातच दार उघडायचं, अंथरूण पसरायचं आणि त्याच्यावर अंगं टाकून द्यायची. बोलता-बोलताच पेंगळून झोपायचं. वर्गाशिवाय कधी काळी अभ्यासाची पुस्तकं उघडली तर उघडली, नाहीतर इतर उद्योगच अधिक! कुठं हस्तलिखित मासिक लिही, कुठं चित्र काढ, नाटक-कादंबऱ्या वाच. वसंताला बासरी वाजवायचा नाद फार. रात्री-अपरात्री उठून तो बासरी वाजवीत बसे.

आमच्या पलीकडच्याच खोलीत खाला तांबोळीण राहत होती. एकटीच. दुसरं असं कोणी नव्हतं. त्या टिचभर खोलीत तिचा गाडग्यामडक्यांचा संसार होता. रंगानं काळीसावळी, उंचीनं ठुणगी आणि अंगानं चांगली भरलेली ही म्हातारी मोठी जहांबाज बाई होती. तिच्या अंगावर कधी हलकं-मळकं लुगडं दिसलं नाही. चोळीचीही तीच तऱ्हा. कानात कुड्या, हातात मोहरेची अंगठी. पदर डोक्यावरून ओढून घेऊन आणि निऱ्यांचा घोळ हातात धरून ती दाणदाण चाले आणि बोलायला लागली म्हणजे लाह्या उडाव्यात तशी बोले. जातीनं मुसलमान आहे, हे मुद्दाम सांगितल्याशिवाय कळत नसे. कारण तिची सारी राहणी मराठमोळी. क्वचित बोलण्यात एखाद-दुसरा मुसलमानी शब्द येई, तेवढाच. तशी आमची-तिची फारशी घसट नव्हती. कुंकू-दातवणाचा व्यापार करणारी ती एक तांबोळीण आहे, एवढं माहीत. बरं, आठवड्यातून चार-दोन दिवसच ती घरी असायची.

एकदा संध्याकाळी मिणमिणत्या प्रकाशात भिंतीशी टेकून बसून वसंता बासरी वाजवीत होता. मी अंथरुणावर पडून ऐकत होतो. एवढ्यात तिकडून खाला ओरडली, ''बेटा, बंद कर रं तुजी बासरी. राती वाजवू नये!''

आणि तेवढं दटावून न थांबता त्यामागोमाग खाला आमच्या खोलीत येऊन उभीसुद्धा राहिली.

मी आणि वसंत गप्प होऊन तिच्याकडे पाहतच राहिलो. खालानं दोन्ही हात कमरेवर ठेवले आणि पुन्हा ती बोलली, ''चांगली विंग्रजी बुकं पढलेली पोरं तुम्ही! काय रं सांगायचं तुम्हाला? दिवसाराती बासरी वाजवीत बसता! बोडक्या बायकांनी ऐकू नये बासरी!''

खालानं सांगितलेला हा संकेत आम्हाला माहीत नव्हता. आम्ही आपले गपचिप बसून राहिलो.

चौकसपणानं खालानं साऱ्या खोलीभर नजर फिरविली.

"किती उखणली रं खोली! उकरडा झालाय नुसता! थांब, उद्या सकाळी घेते ओरबडून. उघडी ठेवून जावा साळंत. आन् पुन्हा बासरी वाजवू नगा मी असल्यावर. माज्या माघारी खुशाल बसा फुंकत!" आणि आली तशी खाला निघून गेली. वसंतानं एकवार माझ्याकडे पाहून डोळे मिचकावले आणि बासरी पुन्हा तोंडाला लावली. मी डोळे वटारले. तसा तोही विरमला आणि म्हणाला, "बरीच दिसतेय की रे ही म्हातारी!"

सकाळी खाला वरावरा हिंडून पाटीभर शेण घेऊन आली आणि आमची खोली तिनं चकपक करून दिली; आणि त्या म्हाताऱ्या मुसलमानणीविषयी आपलेपणाचा पहिला पाझर आमच्या अंत:करणात फुटला. आम्ही शेजारधर्मानं वागू लागलो.

वयानं झालेली ही बाई एखाद्या मधमाशीसारखी कष्टाळू होती. काही ना काही उद्योग सतत करणारी होती. घरीच ती दातवण तयार करी आणि विकी. आठवड्याच्या बाजारात कुंकू, हळद, बुक्का, दातवण, शेंगदाणे, फुटाणे, चुरमुरे असले जिन्नस पुड्यात घेऊन बसे. एवढंसं तिचं भांडवल. साऱ्यांची मिळून किंमत दहा-बारा रुपयांपेक्षा जास्त काही नसावी. ते भांडवल कधी कमी झालं नाही; वाढलंही नाही. बाजाराचा दिवस संपला की, हे सारे जिन्नस एका पाटीत घालून आणि दाराला कुलूप ठोकून खाला खेडीपाडी हिंडण्यासाठी बाहेर पडे. आसपास असलेली चार-पाच मैल अंतरावरली खेडी ती हिंडे. रात्र झाली, तर ओळखीनं कुणाच्यातरी घरी मुक्काम करी. खेड्यापाड्यात दुकानं कुठून असणार? त्यामुळे खालाची रुपया-चार रुपयांची विक्री होई. कमरेला लावलेल्या पिशवीत गल्ला जमे. ओझं झेपेल एवढं घेतलेलं. ते डोक्यावरचं दुकान मोकळं झालं की, ती पुन्हा आपल्या घरकुलात परत येई. वारीचे दिवस असले म्हणजे रद्दी आणि दातवणाची पाटी घेऊन ती रस्त्याला बसे. पंढरीच्या वारीला निघालेल्या बायाबापड्या दातवणाच्या भारी शौकी! दोन-चार पैशांचं दातवण घेऊन दात काळे केल्याशिवाय त्या पुढे जात नसत. त्या मोसमात खालाची फिरती तात्पुरती बंद असे. नागपंचमी आली की, खाला लोकांच्या लाह्या भाजून देई. पायलीला चार आणे, आठ आणे असा तिचा दर ठरलेला असे.

खालाच्या या छोट्या दुकानाचा भरपूर फायदा आम्ही घेत असू. मधल्या वेळी भूक लागली की, खालाकडे जावं आणि म्हणावं, "खाला, शेंगदाणे दे चार पैशांचे!"

हातातलं काम टाकून खाला उठे. ती पाटी काढून हाता-हाताएवढ्या लांबीच्या पिशवीतून भरून ठेवलेले शेंगदाणे, डाळे, चुरमुरे काढून देई. पैसे रोख असले, तर बरंच. नाहीतर जुन्या वह्यांची, मासिकांची रद्दी देऊनही आम्ही हा व्यवहार करत असू. खुशीत असली म्हणजे "खाला, तुझ्या चुलीवर भाजून दे ना एवढे दाणे!"

असं म्हणताच लटक्या रागानं ''लई लघळ पोर बाबा तू!'' असं म्हणून का होईना, पण खाला दाणे भाजून-पाखडून देई. कधी उधारीही होई. वायदा असे शनिवारचा. शनिवार उजाडला की, खालाची हाक येई, ''बेटा यंकट, पैसे दिवूनेस का तेवढे! मला माल आणायचा हाय.'' एक-दोन आण्यांचा खाला माल काय आणायची, कोण जाणे; पण आम्ही चालढकलवारी न्यायचो.

''खाला, नाहीत गं आज पैसे. पुढच्या शनिवारी नक्की देतो बघ.'' पुढचा शनिवारही कधीकधी पसार होई. या देण्यापायी खालाच्या आणि आमच्या चांगल्या चकमकी झडत, पण खालाकडची आमची पत कधी गेली नाही.

खालाला मायेचं असं दुसरं कोणी नव्हतंच का? कोणी नात्यागोत्याचं, मायेचं? कारण कित्येक दिवस तिच्या घरी कोणी पाहुणे आलेले मी पाहिले नव्हते. त्याच गल्लीतली एक न्हाव्याची म्हातारी, एक पोरवयाची शिंपीण, आणखी अशाच एक-दोन बायकांपेक्षा जास्त वर्दळ तिच्याकडे कधी दिसली नाही. मला राहवेना. एकदा गेलो आणि विचारलं, ''खाला, काय करतेस गं?''

खाला दातवणासाठी लागणारे हिरडे उन्हात पसरत होती. मान वळवून तिनं माझ्याकडे पाहिलं आणि बोलली, ''पोटापाण्याचा उद्योग रं बाबा. हिरडं वाळू घालते उनात.''

आणि हे बोलत असतानाच तिच्या ध्यानात आलं. आवाज थोडा उंचावून ती बोलली, ''हं, बसलास का उंबऱ्यावर? कितीदा सांगायचं रं तुला? कसं ध्येनात ऱ्हात न्हाई?''

या असल्या गोष्टीवर खालाचा भारी कटाक्ष होता. जातीनं मुसलमान असून या हिंदू रीती तिला कशा माहीत होत्या, कोण जाणे. उंबऱ्यावर बसू नये, रात्री बासरी वाजवू नये, गुडघ्यात मान घालून बसू नये अशा कितीतरी गोष्टी तिला माहीत होत्या.

मी चटकन उंबऱ्यावरून उठलो आणि खालीच पायरीवर बसून बोललो, ''कुणासाठी करतेस गं एवढा व्याप?''

''पोटासाठी बाबा. बसून ऱ्हाइले, तर कोन आनून दिल मला?''

''का? कुणी नाही का मायेचं?''

''कुणी न्हाई बाबा. अकेला जीव. कदी जिवाला आलं आन् पडले, तर तांब्याभर पानी द्यायलासुदीक न्हाई कुनी!''

''आम्ही आहोत की गं!''

खाला गहिवरली, ''अल्ला भलं करंल बेटा तुझं!'' आणि पदरानं तिनं डोळे पुसले. थोडा वेळ गप्प झाली आणि पुन्हा बोलली, ''तशी तुझ्यासारखी चार माणसं मिळवलीत बरं का मी यंकट. अल्लानं आपल्या गरिबाएकी गैरमर्जी दाखवली. आज

बारा वर्सं झाली, अशी एकटी ऱ्हाते त्याला!''

''बारा वर्षांपूर्वी काय गं होतं?''

''समदं येवस्तशीर हुतं रं लेकरा! तिकडं भाळवणीला घरदार हुतं, दादल्याचा चांगला येपार हुता.''

''मग?''

''तकदीर फिरलं. चार पैसे मिळायला लागल्यावर गुण बदललं दादल्याचं. रोज मारझोड चालू झाली. माझ्या डोळ्यादेखत बाई घरात आनून ठेवली. सोसलं तवर सोसलं. आन् एके दिवशी भल्या पाटची उठून लागले चालायला. पाय ऱ्हेतील तकडं. हे गाव घावलं. कामधंदा, मोलमजुरी करून पोट भरलं. चार पैसं राखलं आन् त्या भांडवलावर हा धंदा केला चालू. बघतुयासच तू!''

''त्यावर कधी चौकशी केली नाहीस घराकडची?''

''न्हाई केली. काळजाचा फत्तर केला अन् गप्प बसले. पयलं-पयलं एकलं वाटायचं. या एवढ्या मोठ्या दुनवेत आपलं असं कुणी न्हाई, असं वाटून डोळे भरायचं, पण आता झालाय सराव.''

''माहेरचं कुणी?''

''कुणी न्हाई!''

खालाला कुणी नव्हतं. तो दादलाही मेला, अशी बातमी त्या गावाहून समजली आणि मग तर चक्क विधवा म्हणूनच ती राहू लागली. तरीपण खालाचा जीवनाविषयीचा हव्यास सुटला नव्हता. ती धडपडत होती. श्रमत होती. चार माणसांशी गोड बोलून राहत होती. जगात केवढ्या उलाढाली होऊन राहिल्या होत्या, पण खालाला कशाची दाद नव्हती, फिर्याद नव्हती. ती आपली नीट नाकासमोर चालली होती.

कधी साध्या कारणावरून आम्ही भांडलो, तर खाला समजूत घाली, ''अरं, भांडता काय महारामांगागत? गोडीगुलाबीनं राहावं. चार माणसं आपली करावीत. भलेपणा मिळवावा. दुसरं काय मिळवायचं हतं?''

खालाचं हे जीवन त्याच दिशेनं संथपणे जात असलेलं मी तीन वर्षं पाहिलं आणि त्यानंतर मी परगावी गेलो. आमचं सारं कुटुंबच गाव सोडून कोल्हापुरी स्थायिक झालं.

आणि त्यावर अगदी अलीकडे, जवळजवळ सहा वर्षांनी खाला पुन्हा भेटली.

जमीन-जुमल्याचा खंड आणण्यासाठी मी गावाकडे गेलो होतो. तालुक्याहून खेड्याकडं सायकलीवरून जात होतो. तिसरा प्रहर, उलटा वारा. समोर पाहिलं की, वाटेवर एक काळा ठिपका दिसे. कोणी येत असावं. मी मोठ्या कष्टानं पायटे मारीत होतो. बरंच अंतर तोडलं. अगदी जवळ आलो.

डोक्यावर पाटी घेतलेली खाला पाय ओढीत होती. एकूण, म्हातारी अद्यापही

आपलं डोक्यावरलं दुकान घेऊन खेडीपाडी हिंडत होती. पाच-सहा वर्षांपूर्वीचं जीवन त्याच वाटेनं जात होतं.

मी पायउतार होऊन वाटेवर उभा राहिलो.

खालानं चालता-चालता एकवार कपाळावर हात ठेवून वर पाहिल्यागत केलं आणि पुन्हा तोंड फिरवून ती चालू लागली.

पाच-सहा वर्षांत माझ्यात खूपच फरक पडला होता. खालाही वयानं चांगली झाली होती. तिनं मला ओळखलं नसावं. मीच हाक मारली, "खालाऽ"

खाला उभी राहिली.

"ओळखलं नाहीस मला?"

खालाचा सुरकुतलेला चेहरा अपराधी झाला. "न्हाई रं बाळ!"

"अगं, मी यंकट."

म्हातारी एकदम आनंदली, "कितना बडा हुआ मेरा लाल! कवा आलास बेटा?"

"आलो आजच, खंड नेण्यापायी. तू कुठून आलीस खाला?"

"फेरीला गेले हुते. आता चालले गावाकडे परत. कुठं असतोस? काय करतोस आता?"

तिला समजेल अशा शब्दांत माझा धंदा सांगता येण्यासारखा नव्हता.

"कोल्हापुरी असतो. करतो काहीबाही. बुकातून लिहितो. चित्रं रंगवितो."

"मला काय रं येडीला कळायचं हाय बुकातलं? लई दिसानं आलास. डोळं निवलं बघ माझं! आता पुन्हा माघारी येशील तवा खाला गेली आसंल मसणवाटंला!"

"ते काय म्हणून? जग अजून."

"कशाला रं बाबा?"

"अगं, आमच्यासारख्या लेकरांना सांभाळायला!"

खाला केवळ हसली.

"आण ती पाटी. मी घेतो सायकलवर आणि पोचवितो गावापर्यंत."

"नगं रं सोन्या. आता जाईन मी. का लांब हाय का? तू जा आपला झपाट्यानं. रात हुईल. आन् उद्या ये म्हातारीच्या घरी डाळं-चुरमुरं खायाला."

"हो– हो, येणारच. कोल्हापुराहून निघतानाच योजून आलोय मी की, खालाचे डाळे-चुरमुरे खायचे!"

"बरी आठवण र्‍हायलीया रं! बरं, जा आता. ये बरं का!"

"येईन हं, अगदी जरूर!"

"जाऊ?"

"बरं."

खालानं तोंड वळवलं. मीही सायकलवर टांग टाकली. दोन पायटे मारले असतील तोच पुन्हा हाक आली, ''यंकटऽ''

मी सायकल वळवून पुन्हा परत आलो.

''काय गं?''

''अरं, इसारलंच एक. लगीन केलंस का?''

माझा चेहरा एकदम गोरामोरा झाला. भरत आलेल्या जखमेवरची खपली निघाली. त्या भाबड्या म्हातारीला काय सांगणार? आणि सांगून तिला ते काय समजणार? तिच्या तरुणपणी असलं काही असेल का?

■

रघू कारकून

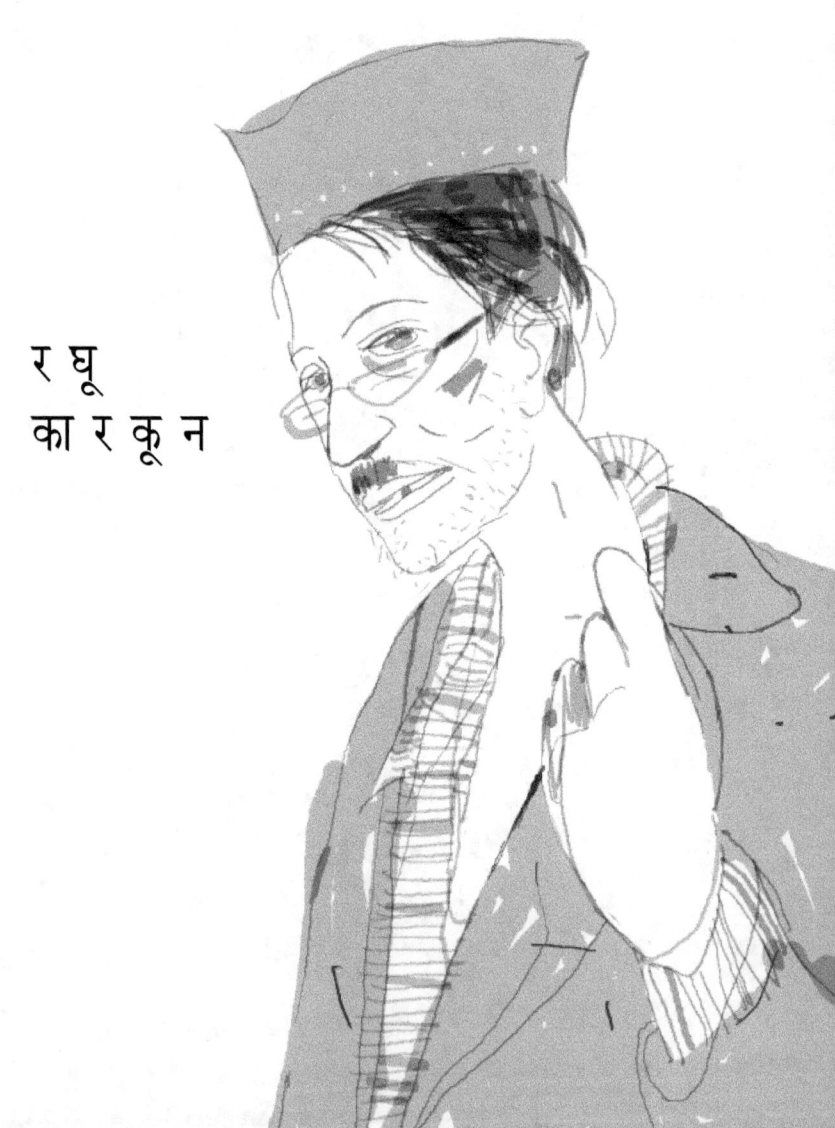

गेली तीन वर्षे रघू आमच्या गल्लीत राहत होता. आमच्या घराशेजारीच राहत होता. माझी आणि त्याची चांगली ओळख होती, पण फारसा लोभ नव्हता. जाता-येताना गाठ पडली म्हणजे तो हसायचा. त्याचं ते हसणं भारी बोचायचं. क्वचित थंडपणानं तो विचारायचा, "काय व्यंकटेशा, कुणीकडे?"

एवढीच त्याची-माझी बोलाचाली कधी झाली तर. आणि परवा एकदा तो यापेक्षा थोडं अधिक बोलला. मला एका बाजूला घेऊन म्हणाला, "काही रुपया, आठ आणे असले तर दे. बाजार थकलाय आज. नाही म्हणू नकोस. पगार झाल्यावर आठवणीनं मी परत करेन!"

रघूचं घराणं कुलकर्ण्यांचं. त्याचा बाप चांगला कर्तबगार माणूस होता. गावची वतनदारी सांभाळून त्यानं अनेक उलाढाली केल्या, वडिलोपार्जित काही नसताना त्यानं स्वत:च्या हिमतीवर एवढं कमावलं आणि रघूच्या लहानपणीच तो वारला. त्याच्या पाठोपाठ आईही. रघू आणि त्याचा थोरला भाऊ पोरके झाले. थोरल्याचं लग्न झालं होतं. वडलांच्यामागे तो कुलकर्ण्यांचं काम पाहू लागला. रघू त्याच्याकडेच राहिला आणि शिक्षण घेऊ लागला. वडलांसारखी कर्तबगारी थोरल्या मुलाजवळ नव्हती. त्यामुळे त्याला काही नवीन कमावता आलं नाही. होतं ते नीट सांभाळताही आलं नाही. लवकरच सगळी वाताहत झाली. घरी अठराविश्वं दारिद्र्य झालं. लहानपणापासूनच रघू मवाळ, कष्टाळू, दळभद्रा. शिकत असताना त्याला कधी धड कपडे मिळाले नाहीत. थोरल्या भावानं वापरून टाकलेला धोतर-सदरा त्याच्याकडे यायचा. तो स्वत: शिवून-टिपून त्याचा उपयोग करायचा. सातवीला गेला, तर पुस्तकाला पैसे नाहीत. मागायची चोरी. भाऊ बोलायचा, भावजय बोलायची, "हा नसता धोंडा आमच्या उरावर! आमचं आम्हाला पुष्कळ झालंय, त्यात आणखी ही भर! कुणी पोसावं?" असं लाकूड फुटावं अशी रघूला बोलायची. म्हणून तो काही मागायचा नाही. सुट्टीच्या दिवसांत पाठीशी भाकरी बांधून घेऊन तो पायी पंढरपूरला गेला – जवळजवळ पस्तीस मैल! तिथं अन्नछत्रात जेवून राहिला. कुणाची सत्यनारायणाची पूजा सांग, कुणाचा अभिषेक कर, असं करून त्यानं दक्षिणेचे पैसे जमवले आणि सातवीची पुस्तकं घेतली आणि पुन्हा उन्हातान्हातून अनवाणी पायानं जमीन तुडवीत तो परत गावी आला. अशा हाल-अपेष्टांत त्यानं सातवीपर्यंतचं शिक्षण घेतलं आणि थोरामोठ्यांच्या हातापाया पडून मामलेदार कचेरीत महिना बारा रुपये पगारावर तो चिकटला. संस्थानच्या अनागोंदी कारभारात नोकरी करू लागला. तालुक्याच्या गावी राहू लागला.

खेड्यात राहूनच प्रपंच चालेना म्हणून तात्या – थोरला भाऊ – सगळं बिऱ्हाड उचलून सोलापुरी गेले आणि तिकडेच नोकरीधंदा करून राहू लागले. रघूची त्यांनी

कधी वासपूसही केली नाही.

कासार गल्लीत एका मोडकळीला आलेल्या घरात रघू राहिला. हे घर अगदी आडबाजूला होतं आणि त्यात भूत आहे अशी बोलवा असल्यामुळे तिथं कुणी राहायला तयार नव्हतं. रघू तिथं राहिला, कारण मालकानं त्याला ते फुकट राहायला दिलं. एक पैही भाडं मागितलं नाही. त्या गलिच्छ अंधाऱ्या घरात रघू राहू लागला.

जरुरीपुरती दोन-चार भांडीकुंडी त्यानं घेतली आणि हातानं स्वयंपाक करून तो जेवू लागला.

सकाळी उठावं, शेजाऱ्याच्या आडावर जाऊन चार तांबे पाणी अंगावर ओतून घेऊन अंघोळ करावी. ओलं धोतर हातासरशी पिळून टाकावं आणि येताना पाण्याची घागर भरून आणावी. चूल पेटवावी, कमी दुधाचा कपभर चहा करून प्यावा, कप-पातेलं विसळून ठेवावं. एवढ्यात कचेरीची वेळ होई. मग कोट-टोपी चढवून जावं आणि डेस्काशी बसून बारनिशी खरडावी. चुकांबद्दल मामलेदाराची बोलणी खावीत, शिव्या खाव्यात. खाली मान घालून बारा वाजेपर्यंत लेखणी थांबवू नये. बाहेरच्या पहारेकऱ्यानं बाराचे ठोके दिले की उठावं आणि घरी यावं. कोट-टोपी काढून पुन्हा चुलीपुढे बसावं. दुपारसाठी दोन आणि संध्याकाळसाठी दोन अशा चार भाकऱ्या भाजाव्यात. कसलंतरी कालवण करावं. पीठ मळायला घेतलेल्या ताटातच वाढून घ्यावं आणि तिथंच चुलीपुढे बसून खाली-वर बघत, काहीतरी विचार करत डाव्या हातानं जानवं चोळत जेवण आटपावं; उष्टं काढावं, खरकटी भांडी घासून टाकावीत आणि मग 'हुश्श' करून बसावं; फाटक्या सुताड्यावर भिंतीला टेकून विडी आणि काड्याची पेटी घेऊन. शक्यतो विडी पेटविण्यासाठी काडी खर्चू नये. चुलीत असलेल्या निखाऱ्यावरच ती पेटवावी आणि सावकाशपणे ती ओढत बसावं; डोक्यावरून हात फिरवत आणि मराठी सातवीत पाठ केलेली एखादी कविता भसाड्या आवाजात गुणगुणत –

दारिद्र्य मरण यातुनि मरण बरे बा दरिद्रता खोटी।
मरणात दुःख थोडे दारिद्र्यामधि व्यथा असे मोठी।।

कधी घटकाभर डुलकी घ्यावी, नाहीतर वेळ घालविण्यापायी घराचा कानाकोपरा स्वच्छ झाडून काढावा. कचेरीची वेळ झाली की पुन्हा जावं आणि पाच वाजेपर्यंत खर्डेघाशी करावी. संध्याकाळी कधी वाण्याच्या दुकानात बसून, तर कधी पेठेतून उगीच चक्कर मारून जीव रिझवावा. अंधार पडला की, पुन्हा आपल्या खुराड्यात यावं, चिमणीच्या प्रकाशात चार घास खावेत आणि सव्वा रुपयावाली चादर पांघरून सुताड्यावर पडावं. डासांची गुणगुण ऐकावी, दुपारी अर्धी विझवून ठेवलेली विडी अंधारातच बसून प्यावी. भिजलेल्या, ओल चढलेल्या भिंतीचा कुबट वास हुंगत, मनोराज्यं करीत बारा-एक वाजेपर्यंत जागंच राहावं आणि मग झोप लागावी.

अशी काही वर्षं गेली.

आणि मग हळूहळू या दिनक्रमात फरक पडला. सकाळी झरोक्यातून उन्हं आत आली म्हणजे रघू उठू लागला. धावपळ करून, अंघोळ दुपारवर ढकलून कचेरीत जाऊ लागला. बारा वाजण्याच्या आतच कचेरीबाहेर पडण्यासाठी तो धडपडे. घरी येऊन अंघोळ करेपर्यंत उशीर होई, चूल पेटवायचा कंटाळा येई. मग आण्याभराचे शेंगदाणे आणून तो त्याच्यावरच दुपार भागवी. गावातली चार टवरी पोरं विड्या फुंकण्यासाठी किंवा चकाट्या पिटण्यासाठी त्याच्याकडे येऊन बसू लागली. ती वेळी-अवेळी चूल पेटवून चहा उकळायची, प्यायची. दुपारी-रात्री तिथंच नेसतं धोतर पांघरून झोपायची. रघूला कुणाची सोबत नव्हती. त्याला त्या पोरांच्या संगतीत बरं वाटे. खरंतर ती सगळी पोरं रघूपेक्षा वयानं लहान होती. घरात अडचण म्हणून ती रघूच्या घरी यायची. तिथं काय वाटेल ते बोलायला, करायला त्यांना मोकळीक मिळे; पण रघूला ती समवयस्क मित्रांप्रमाणे वाटत. ती त्याला एकेरी हाक मारीत. या पोरांच्या उपस्थितीनं रघूचा पूर्वीचा सारा दिनक्रम बिघडला. वेळी-अवेळी चहा, विडी, रात्रीची जाग्रणं यामुळे त्याची प्रकृती खराब झाली. त्यात लग्नासाठी पैसे साठवायच्या ईर्ष्येने त्यानं पोट मारलं आणि पै-पैसा साठवला. त्यामुळे तो अति कळाहीन दिसू लागला.

त्याची उंची जरा जास्तच होती. त्यात अंग वाळल्यावर ती अधिकच दिसू लागली. दरदरीत नाक, गालांची हाडं वर आलेली, हनुवटीवर सदा दाढीच्या खुटराचं रान माजलेलं. चेहऱ्यावर दैन्य, लाचारी. पोशाख नेहमी ठरलेला. गावंढळ शिंप्यानं शिवलेला तोटका येणारा शर्ट, त्यावर हिरवट रंगाचा, धुरकटलेला, चुरगळलेला कोट आणि खाली जागोजागी मुरळ घातलेलं एक जीर्ण धोतर! पायात काही नाही. डाव्या हातानं कोटाची कॉलर आणि उजव्या हातानं धोतराचा सोगा धरून मागून कुणीतरी सारखं ढकलत असल्यासारखा तो रस्त्यानं चालायचा. डोक्यावरची काळी टोपी उगीचच मागं-पुढं सरकवायचा.

अशी काही वर्षं गेली.

रघूचं लग्नाचं वय उलटून गेलं. लोक विचारू लागले, "काय रघू, असे हातानं तुकडे भाजून आता किती दिवस खाणार? बायको आण सुरेखशी!"

रघू उत्तर देई, "काय करायची आहे आपल्यासारख्या गरिबाला बायको?" आणि हसे. त्याचं ते हसणं अगदी ठरलेलं. नेहमीचं. बघणाऱ्याला रडण्याहून जास्त बोचणारं. त्याचं सारं दैन्य, लाचारी, असहायता त्या हसण्यात दिसे.

आपलं बघायला कोणी नाही, आपण गरीब आहोत म्हणून लग्न होत नाही, या जाणिवेनं त्याचं मन नेहमी कळवळे, निराश होई. अगदी निकटच्या माणसानं कधी हाच प्रश्न विचारला म्हणजे तो म्हणे, "आमचं कशाचं होतंय आता लग्न! हे

असंच जायचं सरणावर. खरंतर तात्यांनी खटपट करायला पाहिजे. त्यांच्याशिवाय दुसरं कोण करणार? पण ते आपल्या संसारात गुंतलेत. धाकटा भाऊ आहे का मेला याची कधी चौकशीही करीत नाहीत. मग बाकीचं राहिलंच!''

त्याचं हे बोलणं तात्यांच्या कानावरही कुणी-कुणी घाली. त्यांनाही लाजेकाजेस्तवर केव्हा ना केव्हा या गोष्टी पाहाव्या लागणारच होत्या. लोक म्हणत, ''तुम्हीच बघायला पाहिजे रघूच्या लग्नाचं. बापामाघारी तुम्हीच त्याचा सांभाळ केलात, शिक्षण केलंत. आता एखादी सालस पोरगी बघून त्याचं लग्न टाका उरकून.'' तात्यांचंही आता बरं चाललं होतं. त्यांनी मनावर घेतलं आणि मुली शोधायला सुरुवात केली. तिकडे आपल्या सगळ्या ओळखीच्या लोकांना सांगून ठेवलं, ''एखादी मुलगी बघा आमच्या धाकट्या भावाला.'' मोहीम चालू झाली आणि अखेर मुलगी ठरली. तात्यांनी रघूला तिकडेच बोलावून घेतला. खूप वाटाघाटी झाल्या, विघ्नं आली, तंटेबखेडे झाले आणि अखेर रघूचं लग्न झालं! एका अडलेल्या मुलीच्या बापानं आपली काळी, ठुणगी मुलगी रघूच्या पदरात टाकली आणि तो सुटला. रघूला एकदा उजवून टाकला आणि तात्याही आपल्या जबाबदारीतून मुक्त झाले. बायकोला घेऊन रघू गावी आला. नोकरीवर रुजू झाला.

कासार गल्लीतलं घर बदलून तो ब्राह्मण वस्तीत राहायला आला. त्याच्या तोंडावर टवटवी आली. अंगावरच्या पोशाखात सुधारणा झाली. तो नीटनेटका राहू लागला. दाढीही वेळच्या वेळी करू लागला. एकंदरीत लग्न झालं आणि रघू माणसांत आला.

काही काळ गेला.

– आणि रघूला माणसातून उठण्याची पाळी आली!

संसार म्हटला म्हणजे काय लागत नाही? त्यात ही अशी विलक्षण महागाई! तेवढ्या पगारात जेमतेम भाजी-भाकरी मिळू लागली. दुपारी हातातोंडाची गाठ पडू लागली. दुधातुपाचं, गोडाधोडाचं नाव नाही. त्यात बायकोची बाळंतपणं, दुखणीभाणी झाली. घरात दोन पोरांची भर पडली. खाणारी दोन तोंडं जास्त आली. आर्थिक टंचाईनं रघू अगदी टेकीला आला. डबघाईला आला. देणेकऱ्यांची तोंडं चुकवत गल्लीबोळानं कचेरीकडे येऊ लागला. त्याच्या अंगावर पुन्हा धुरकटलेले कपडे आले. दाढी बोट-बोटभर वाढू लागली. तो पाठीत अधिक वाकून चालू लागला. पूर्वीपेक्षा अधिक कळाहीन दिसू लागला. चार-आठ आण्यांसाठी कुणाकडेही याचना करू लागला.

त्याची बायकोही खचली. फाटक्या संसाराला ठिगळं लावता-लावता बापाघरी कमवलेलं सारं मांस जाऊन तिची केवळ हाडं आणि कातडी राहिली. अंगावर फुटका मणी नाही, नेसायला धड सुडकं नाही. पोराबाळांच्या खस्ता खाता-खाता,

गरिबीशी झगडता-झगडता ती पार झिजून, खचून गेली! अंगावर एक विटकं पातळ, कमरेवर जड घागर घेऊन पाण्याला जाताना ती रोज दिसे. थोरलं पोरगं उघडंवाघडं तिच्यामागे धावत असायचं – रडत, भेकत. ती रडायची, ओरडायची! रोज आपल्या नशिबाच्या आणि रघूच्या नावानं बोटं मोडायची.

कचेरी सुटल्यावर भुकेनं कलकलून रघू घरी येई आणि चूलही पेटलेली नसे. खिडमं पोरगं किंचाळत असायचं आणि बायको सुस्कारा सोडीत धुणंपाणी करत असायची. रोजची ही रड. मग त्रासून रघू तिच्या अंगावर ओरडे, ''अजून झाला नाही का स्वयंपाक? नसेलच. रोजची बोंब आहे ही तुझी. आणि हे कार्ट का ओरडतंय? फेकून दे त्याला बाहेर!''

त्यावर तीही चिडे आणि म्हणे, ''हो, नाही झाला अजून. मी एकटीनं काय काय म्हणून बघावं? माणूस आहे की जनावर मी? माझ्यानं होत नाही. हल्ली रोज डोकं दुखतं, अंगात बारीक ताप असतो. तुम्हाला घरातलं काही बघायला नको. आज चार दाणे नव्हते जोंधळ्याचे घरात. दहा जणांची घरं फिरले आणि उसनेपासने आणले. दळले. आता करीन स्वयंपाक! सावकाश होईल तेव्हा!'' आणि घळाघळा रडायला लागे.

रघू पोरांना चार धपाटे घाली.

''सगळा ताप! एक दिवस कधी समाधान नाही. सदा रखरखच आहे! तुझ्याकडे चूक नाही. मीच करंटा! दळभद्रा! त्याला तू काय करणार! तुझी चूक नाही.'' असं बडबडत चार तांबे गार पाणी अंगावर ओतून घेऊन अंघोळ करी. ओलं धोतर पिळून टाकी आणि कोट-टोपी चढवून कचेरीत निघून जाई. तसाच उपाशीतापाशी बारनिशी खरडत बसे.

पहाऱ्यावरला शिपाई फाजील सलगीनं विचारी, ''काय साहेब, आज लई बोजा हाय जनू कामाचा?''

यावर रघू ते चमत्कारिक हास्य करी आणि वाढलेली दाढी खाजवी, विडी फुंकी. भुकेल्या पोटात धूर भरी आणि खाली मान घालून लेखणी झिजवी.

अलीकडे रघूचे दिवस हे असे चालले होते. आणि हे सर्वांना ठाऊक होतं. त्याला सहानुभूती दाखवायलाही आता लोक कंटाळले होते. मदत करायलाही कंटाळले होते. म्हणायचे, ''त्याला आता सवय लागली आहे तोंड वेंगाडायची आणि उसनं मागायची. असं किती दिवस चालणार?''

परवा रात्री दहा-साडेदहाच्या सुमाराला रघूची बायको आमच्या घरी आली. तिच्या काखेत धाकटं पोरगं होतं. ते ओरडत होतं. तीही खूप घाबरली होती. डोळ्यांतून पाण्याच्या धारा चालल्या होत्या. हुंदके देत-देतच ती म्हणाली, ''अहो, चला कुणीतरी. हे कसं करायला लागलेत बघा! मी घरात एकटी. काय करू? चला

कुणीतरी आणि बघा... आता... आता...''

आम्ही धावत-पळत गेलो.

काच काळी झालेला कंदील ढणढणत होता. चुलीपुढे उष्टी भांडी तशीच खरकटी पडली होती आणि एका कोपऱ्यात अंथरलेल्या फाटक्या सतरंजीवर रघू लोळत होता. थोरलं पोरगं उशाशी बसलं होतं आणि बापाच्या विव्हळण्यानं घाबरून ओरडत होतं. रघू लोळत होता उघडावाघडा.

आम्ही जाताच तो उठून बसला. घाबरला होता. रडत होता. घामानं डबडबला होता.

''काय रघुनाथ, काय होतंय?'' असं विचारताच जास्तीच रडू लागला. हातवारे करून म्हणाला, ''सांभाळा माझ्या लहान धाकट्यांना! दळभद्र्याच्या पोटी आली. उपाशी मरतील माझ्या माघारी! मी... मी... आता चाललो!''

त्याच्या साऱ्या अंगाची घालमेल चालली होती. वाळवंटात टाकलेल्या मासुळीसारखा तो तडफडत होता. रडायचा, मुलांना जवळ घेऊन कुरवाळायचा आणि रडायचा.

''अरे पण, होतंय तरी काय तुला?''

''आता काही उपयोग नाही. आता मी मरणार! बरं झालं, पण पोरांना सांभाळा. तिला मरू द्या. ती माझ्यासमोरसुद्धा नको. गरिबाला बायको चांगली असावी!''

काही वेळ तो असा रडला आणि एकाएकी पाय धरून म्हणाला, ''मेहेरबानी करा, मला वाचवा! डॉक्टरला बोलवा. मी अफू खाल्ली आहे. पोरं आहेत हो दोन धाकटी!''

मग धावाधाव झाली. तितक्या रात्री डॉक्टरांना आणलं. रघू त्यांच्याही गळ्यात पडला, ''डॉक्टर, मी मरतोय! मला वाचवा! मी अफू खाल्ली!''

आणि लहान पोरासारखा तो रडायला लागला.

डॉक्टरांनी धीर दिला. औषधोपचार केले. रघूला अफू खाऊन फार वेळ झाला नव्हता. तिचा परिणामही झाला नव्हता; पण तो घाबरलाच अती. रात्रभर आम्ही त्याच्या उशापायथ्याशी बसून होतो. त्याला आराम वाटला. रघू जगला, कणाकणानं मरण्यासाठी जगला.

सगळ्यांना वाटलं की, गरिबीला कंटाळून रघूनं जीव देण्याचा प्रयत्न केला. मलाही वाटलं; पण पुन्हा शंका आली की, दारिद्र्याची आणि रघूची ओळख फार जुनी. त्याला तो इतका खचणार नाही. मग?

पुन्हा एक खास बातमी कळली, 'रघूच्या बायकोचं आणि अमुक एका फलाण्या माणसाचं अलीकडे सूत जमलं होतं. तो त्यांना मदत करत होता. घरी येत-जात होता आणि एके दिवशी रघूला असंकाही आढळलं की, त्याला अफू

खाऊन मरावंसं वाटलं.'

ही बातमी ऐकून मी अस्वस्थ झालो, अति अस्वस्थ झालो. मन निश्चयानं म्हणेना की, या बातमीत काही सत्यता नाही. वाटलं, असेलही असं. कुणी सांगावं? दारिद्र्य माणसाला काय करायला लावणार नाही!

■

१२

बा बा खा न
द र वे शी

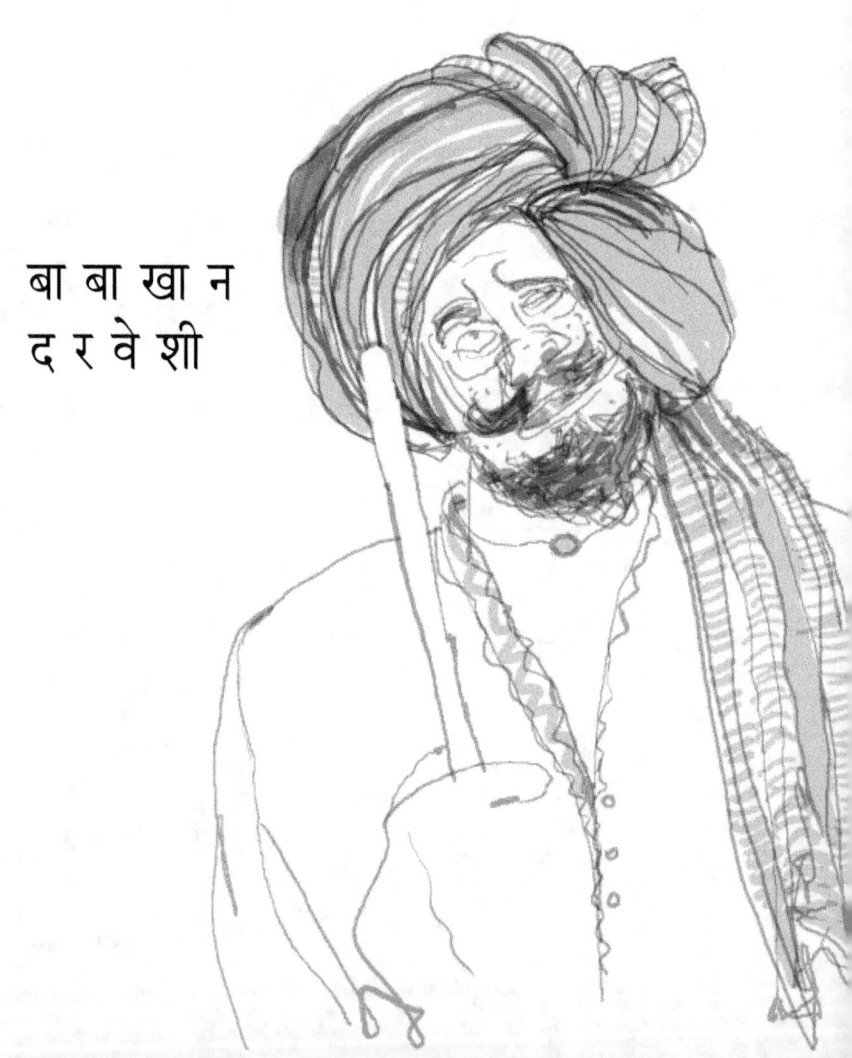

बाबाखान दरवेश्याच्या राहत्या छपरापुढे तशा काळोख्या रात्री पाच-पंचवीस माणसं गोळा झाली. कारण मध्यान्ह रात्र टळून गेल्यावर एकाएकी कालवा ऐकू आला. दरवेश्याच्या बायकोनं गहिवर मांडला होता आणि त्याला तिची चिल्लीपिल्ली साथ करीत होती. त्या गोंधळानं आसपासचे शेजारीपाजारी आणि राखणीचे रामोशी धावून आले. दरवेश्याच्या छपरापुढे गर्दी झाली. जो-तो दुसऱ्याला पुसू लागला – "असं काय झालं? कोन दगावलं का काय?"

"का आग लागली छपराला आतनं?"

पण कोण काय सांगणार? काळोख किट्ट. कुणापाशी दिवा नाही, काही नाही. दरवेश्यानं आतून कवाड जाम लावून घेतलेलं आणि रडण्याचा कल्लोळ चाललेला. मग आत काय झालं होतं, हे कोण कसं सांगणार? माणसांची अशी गवगव चालली होती. त्यातूनच कोणीसं ओरडलं, "ए उमा नाईक, म्होरं हो आन् लाथ दे कवाडावर. काय गोंधूळ हाय बघू दे."

हातातली काठी सावरीत उमाजी नाईक पुढे झाला आणि कवाड ठोठावून म्हणाला, "काय गडबड हाय आत? कवाड खोला बघू!" पण आतून एक नाही, दोन नाही. रडण्याचा गोंधळ चालूच!

"तसं खोला म्हणून खोलणार नाही कुणी उमाजी. उचलून बाजूला ठेव कवाड." कोणी सूचना केली.

पण एवढ्यात कवाड खोललं गेलं आणि बाबाखानाची दहा-बारा वर्षांची कळती पोरगी वर्षभराच्या भावाला कडेवर घेऊन बाहेर आली. ती हुंदके देत होती. ते पोरगं किंचाळत होतं.

तिच्या दंडाला धरून उमाजी म्हणाला, "का झालं गं पोरी? का वराडतियास?"

पण पोरगी काही न सांगता जास्तच हुंदके देऊ लागली. आसपासचे लोक पुढे सरसावले आणि वैदूच्या कुत्र्यागत त्यांनी तिला येरगटली.

"अगं, वराडतियास का? सांग की काय झालं ते?"

"दोन हुंदं द्या पाठीत, म्हणजे बोलंल!"

"अरं, नका रं लेकराला... सांग बाई, का झालं?"

प्रश्नांचा भडिमार झाला आणि मग स्फुंदत तिनं सांगितलं, "बाबानं आईला मारलं लई."

"का झालं?" नीट ऐकू न आल्यामुळे एक जण ठसकला.

त्याला परस्परच उत्तर मिळालं, "हात् त्येच्या! आरं, दरवेश्यानं आपल्या बायकूला मारलं!"

काहीतरी भयंकर बघण्या-ऐकण्यासाठी फसफसलेली मनं उतू जात असलेल्या

दुधावर पाण्याचा सपकारा बसावा तशी खाली बसली.

प्रश्नच मिटला. नवऱ्यानं मारलं आणि पावसानं झोडपलं, तक्रार न्यायची कुणाकडं? नवरा-बायकोच्या भांडणात कोण काय बोलणार? तरीपण कशाचीतरी शिकार करण्याची सुप्त वृत्ती उफाळलेली. मग दरवेश्याला फैलावर का घेऊ नये? एक जण घोगऱ्या आवाजात ओरडला, "बाबाखान, बाहेर ये आतनं. काय तक्रार हाय तुझी? अशी रात्री-अपरात्री काय म्हणून बडवलीस बायकोला?"

पण बाबाखान आत, अंधारात गपचिप बसून होता. रडण्याचा आवाजही बंद झाला. आतून काही उत्तर येत नाही, हे पाहून स्वत:ला वाजवीपेक्षा जास्त शहाणी समजत असलेली एक प्रौढ कुळंबीण मोठ्या सात्त्विक संतापानं बोलली, "आतनं ओढून काढून चेचा की मुडद्याला! बाईल भोळसट घावलीया आन् ह्यो खवीस जवा तवा लाथा घालतुया तिला. बाइलीभोवतीच आलाय मुडद्याचा खवीसपणा!"

आणि मग दहाघरची दहा तोंडं बोलू लागली, "दाणं मागून जगतुया इथं. पोटाला मिळतंय म्हणून माजलाया!"

"द्या की, पेकाटात लाथ घालून हाकलून गावाबाहेर!"

"द्वाड! उटलं-सुटलं कायतरी खुसपाट काढून त्या बायकूला ढोरावानी घालतोय काट्या. बरी घावलीया गरीब! माज्यावानी एकादी असती, तर टकुऱ्यात धोंडा घालून जीवच घेतला असता असल्या दादल्याचा!"

"अरे ए बायल्या, बाहेर ये! दातखीळ का बसलीये तुजी?"

सगळे जण नाही नाही ते बोलले, पण बाबाखाननं आतून हूं का चूं केलं नाही. कशाला करील? गावातल्या भाकरीवर जगत होता तो. दातखीळ बसल्यासारखा तो अंधारात गपचिप बसून होता. सारे शिव्याशाप ऐकून घेत होता. अखेर कोणी समंजस बोलला, "द्या सोडून! नवरा-बायकोची कलागत. मरंनात का तिकडं!"

त्यावर 'तसं कसं? सकाळी चावडीवर बोलावून घ्या' असं बोलत-बोलतच एक-एक जण घराकडं वळला. मीही वळून चालता झालो!

हा बाबाखान दरवेशी मोठा हिरवट टाळक्याचा माणूस होता, पण सामान्यत: इतरांशी त्याची वागणूक तशी काही वावगी नव्हती. पाच वर्षांच्या पोरालासुद्धा तो 'सरकार, हुजूर' असं संबोधी. मोठ्या आदबीनं वागे. इथं येऊन त्याला आठ-पंधरा दिवस झाले होते. ऐन सुगीचा मोका गाठून तो उतरला होता. बेट्याचा खटलाही मोठा. बायको, सहा-सात पोरं, घोडं, म्हैस, कुत्रं आणि अस्वल एवढ्यांचा पोशिंदा होता तो. पाटलाच्या हातापाया पडून त्यानं त्याचं एक मोकळं छप्पर मागून घेतलं होतं आणि त्यात आपलं बिऱ्हाड टाकलं होतं. अस्वल घेऊन तो वाड्या-वस्त्या धुंडी आणि मनगटातली लोखंडाची कडी वाजवून म्हणे, "खडे रहो बेटा, बंदूक घेऊन लढाईला चालला गंगाराम! ओ हो रे गंगाराम, शाबास गंगाराम!" असं

आरडून-ओरडून त्या गयाळ प्राण्याचा खेळ करी. पायली-पायली जोंधळे उकळी. सुगीचे दिवस. कुणब्याच्या घरी खांडापर्यंत धान्याच्या ठेली लागलेल्या. त्यामुळे उदं म्हणता त्याचं पात्र भरे. शिवाय देवऋषीपणाचा छुपा धंदाही तो करी. अडाणी बायाबापड्यांना हव्या त्या थापा देऊन लुबाडी.

बाबाखानचा वागण्याचा झोकही तसाच. अंगापिंडानं तो चांगला टणक होता आणि गाजरासारखा लाल. त्याच्या तोंडावर देवीचे वण होते आणि एक डोळा बारीक करून बोलण्याची त्याला सवय होती. भडक हिरव्या रंगाचा कोसला पटका खुबीनं एका कलावर बांधलेला. अंगात रंगीत कापडाची मुंडेछाट पैरण. तिला चांदीची बटणं. खाली भारी किमतीचं धोतर आणि पायात गोंड्याचं पायताण. असं त्याचं मोठं झोकात वागणं! आणि बोलणं खडीसाखरेच्या खड्यागत गोड. कुठंही वाटेत गाठ पडली की, आदबीनं वाकून तो म्हणे– ''सलाम हुजूर! कुणीकडे निघाले पाय?''

त्याच्या त्या आदबीनं ऐकणाराही खूश होई आणि म्हणे – ''राम राम बाबाखान! कसं काय?''

''हां सरकार, तुमच्या पायाच्या आधारानं ठीक चाललंय.''

''आणि नुसतं अस्वलच दिसतंय तुझ्यापाशी. वाघ नाही का?''

''वाघ खर्ची पडला मागल्या साली. नवीन जनावर मिळत नाही आणि त्याची उसाभरही दांडगी. या महागाईच्या दिवसात आपलंच पोट भरण्याची पंचाईत, मग त्याला कुठं सांभाळू? अस्वलाची गोष्ट वेगळी. त्याला काय मांस लागत नाही, काही नाही. शेराभराच्या कण्या भरडून शिजवल्या म्हणजे त्याच्यावर भागतं काम.''

या मिठ्ठास बोलण्याबरोबर आणखीही एक कसब बाबखानपाशी होतं. तो उत्तम 'भेदिक' म्हणणारा होता. खेड्यातल्या लोकांना 'भेदिक' गाण्याचा षोक दांडगा. बाबाखानपाशी तानाजीच्या पोवाड्यापासून तो परब्रह्म, माया, प्रकृतीपर्यंतच्या सर्व गाण्यांचा साठा होता. ऐकणाऱ्या मंडळींची लायकी हेरून तो कधी तानाजीचा पोवाडा, तर कधी रामायणातल्या मारुती-जन्मावरचं गाणं लावी. सुरत्या चांगला असला म्हणजे गाणं झकास रंगे. मारुतीच्या देवळापुढच्या पटांगणात बाबाखानचं गाणं ऐकत शौकीन मंडळी रात्रीच्या रात्री उजाडवीत. त्याच्या या कसबामुळे आसपासच्या पाच-पंचवीस खेड्यांत तो सर्वांना म्हाजूर होता.

पुढे-पुढे बाबाखाननं रात्री-अपरात्री बायकोला झोडायचं आणि तिनं भला मोठा गळा काढायचा, हे प्रकरण नित्याचंच झालं. कुणी बाबाखानला त्यासंबंधी विचारलं तर तो हसून बोलायचा, ''काय सरकार, मला तरी काय वेड लागतंय होय उगीचच मारायला? भोळसट आहे. कायतरी करून बसती. टकुऱ्याला जास्त त्रास झाला म्हणजे हाणतो झालं दोन तडाखे.''

आणि नाहीतरी बाबाखानची बायको वेडसरच होती. वेडसर म्हणण्यापेक्षा भोळीभाबडी म्हणा. वेडंबागडं रूप, झिंज्या सदा फिस्कारलेल्या. अंगावर कसंतरी गुंडाळलेलं सुडकं. बाबाखानची बायको म्हणजे खरोखरच एक ध्यान होतं. पोरांचं लेंढार मागं घेऊन ती कुठंतरी भटकत असे गावात. बाबाखानला पोरंही उदंड. तीन पोरी आणि चार पोरं. त्यातली निम्मी-अधिक आईसारखी वेडीविद्री होती; पण थोरली एक पोरगी आणि धाकटं एक पोर दिसायला चांगलं होतं. म्हशीमागून रानोमाळ चिंध्या उडवीत हिंडताना त्यांना पाहिलं की, मला नेहमी वाटायचं, 'न्हाऊ-माखू घातलं आणि एखादं धुवट चिरगूट अंगावर घातलं, तर ही पोरं एखाद्या कोकणस्थ ब्राह्मणाच्या मुलांच्या तोंडात मारतील रूपानं!'

पोरांचं ते लेंढार पाहून कोणी बाबाखानला विचारलं – ''बाबाखान, चिगोर बराच दिसतोय गड्या!''

तर बाबाखान एक डोळा बारीक करून आणि आपलं नेहमीचं हसू तोंडावर आणून म्हणायचा, ''असू द्या मायबाप! अल्लाघरचा पानमळा हाय. आपल्या हातात काय त्याचं!''

पण बिथरला म्हणजे बाबाखान या अल्लाघरच्या पानमळ्याला गुरासारखा बदडायचा. त्याचं काळीज काय दगडाचं होतं की काय, कोण जाणे! त्यामुळे तो गावातल्या लोकांशी जरी नीट वागे, तरी त्याचा देवऋषीपणा, मंत्रतंत्र, उग्र मुद्रा आणि तापट स्वभाव यांमुळे बाबाखान म्हणजे हिरवट टाळक्याचा माणूस अशी गावकऱ्यांची समजूत होऊन चुकली होती.

आमच्या वाड्याला लागूनच बाबाखानचं बिऱ्हाड होतं. छपरात त्याचा गाडग्यामडक्यांचा संसार आणि दाराला लागूनच एका बाजूला अस्वल डांबलेलं. नाकातली वेसण पुढच्या बाजूच्या खुंट्याला आणि मागला एक पाय मागल्या खुंट्याला जखडलेला. त्या अपुऱ्या जागेत ते गचाळ नि गलिच्छ जनावर सदान् कदा तोंडानं चमत्कारिक आवाज करीत झुलत असायचं. त्याच्या अवतीभवती नेहमीच बाळगोपाळांची गर्दी! मजेखातर एखाद्यानं खडा फेकून मारला की, ते वसकन अंगावर येई. तशा गुलामगिरीतही त्याच्या अंगातली गुर्मी कमी झाली नव्हती.

एके दिवशी भर दुपारचं अंगणातल्या लिंबाखाली सतरंजी टाकून मी पुस्तक वाचीत पडलो होतो आणि एकाएकी बाबाखानच्या घराकडून बोंब ऐकू आली आणि त्याची थोरली पोरगी मोठ्यानं कोकलू लागली, ''मेलं! मेलंऽऽ पोरगं अस्वलानं मारलं!'' मी धावत बाहेर गेलो.

बघतो, तर बाबाखानचं वर्षा-दीड वर्षाचं पोर अस्वलानं पुढच्या दोन पंज्यांत धरलेलं आणि ते त्याला घुसळत आहे.

लांब उभी राहून पोरगी ओरडत होती आणि ते पोरगं किंचाळत होतं. पोरांचा

तो ओरडा ऐकून दळायला गेलेली बाबाखानची बायको आरडत-ओरडत आली आणि सपाट्यानं पुढे होऊन तिनं पोरगं अस्वलाच्या पंजातून ओढून घेतलं!

माणसं जमा झाली आणि कोकलू लागली, "बरं तर बरं! पोर मेलं असतं आज!"

"आन् या गाढवाला कळू नये का, अस्वल जाण्या-येण्याच्या वाटेवर बांधलंय ते!"

"अगंऽऽ बया, पोराला ओरबाडून काढलंय नुसतं! आन् बाई, तू गं कुटं गेली हुतीस पोरगं एकलं टाकून?"

दरवेश्याच्या बायकोनं पोरगं छातीशी घट्ट धरलं होतं. तिचं कपाळ डबडबलं होतं. रडवेल्यापणे ती बोलली, "अवं, थोरली पोरगी हुती घरात. तिला ध्यान ठेवायला सांगून मी गेले दळायला चौगुल्याच्या जात्यावर. मला काय ठावं, ही पोरगी असं इसंबतीया ते!"

ही भाषा चालली होती एवढ्यात बाबाखान सणाट्यानं तिथं येऊन दाखल झाला. तो कुठं रामोशवाड्यापाशी गप्पा हाणत बसला होता. कुणीसं सांगितलं की, पोरगं अस्वलानं धरलं, तेव्हा धावत आला.

मला वाटलं की, आता त्या अस्वलाची आणि बाईची आली कंबक्ती! हा हिरवट माणूस धोंडा उचलून डोक्यात घालायला मागंपुढं पाहणार नाही.

"किं गे क्या हुया?" असं दरडावून म्हणत तो बायकोपाशी गेला. त्यानं तिच्या हातून पोरगं घेतलं आणि त्याच्या पाठीवरल्या ओरखड्यांवरून हात फिरवून तो बायकोवर पुन्हा खेकसला, "तू कुठं गेली हुतीस बोंबलत? मेलं असतं पोरगं आज. जनावरच ते! त्याला काय, घोळसून मारलं असतं पोर!"

त्याची ही सरबत्ती चालू होती, एवढ्यात जमलेल्या मंडळींतून कुणीसं त्याला डाफरलं, "लेका, पण तुला किती गाड्या अक्क? उंबऱ्याजवळ कुणी बांधतं का असलं जनावर? पोरंबाळं जायची-यायची!"

बाबाखान रागानं लाल झाला होता. त्याचे डोळे तांबडेलाल झाले होते. पोरगं बायकोकडे टाकून तो आत गेला आणि मनगटासारखं एक टिक्कार घेऊन बाहेर आला. त्या अस्वलाकडे वळला.

मी मनात म्हणालो – 'मरतंय आता अस्वल!' पण बाबाखाननं अस्वलाला मारलं नाही. त्यानं हातात काठी घेतली, ती केवळ बुजगावणं म्हणून. केवळ त्यानं ते जनावर त्या जागेवरून सोडून जरा अंतरावर बांधलं. एक हलकीशी काठीसुद्धा बाबाखाननं मारली नाही!

या प्रकारानंतर दुसऱ्या दिवशी सकाळी राखुंडीनं दात घाशीत मी दरवाजात उभा होतो. समोर दोन कोंबडे अटीतटीने एकमेकांशी झुंजत होते. तो सामना पाहत होतो.

एवढ्यात बाबाखान तिकडून आला.

"सलाम सरकार! काय लढत बघताया मुर्ग्यांची?"

"राम राम! होय बाबाखान, बघ की! काय इरेला पडलेत दोघेही. तुझ्यावाणी तापट दिसतात बेटे!"

बाबाखान ओशाळून हसला.

"बाबाखान, मोठा चमत्कारिक माणूस दिसतोय गड्या तू?"

"कसूर माफ असावी सरकार! काय चुकी घडली?"

"अरे गृहस्था, एवढ्याशा कारणावरून बायकोला ढोरासारखा तुडवतोस आणि काल ते जनावर पोटच्या पोराला जिवं मारीत होतं, तर त्याला चार बोटांनी शिवलासुद्धा नाहीस?"

माझ्यासारख्या माणसाकडून असले प्रश्न विचारले गेले, म्हणून खरोखरीच बाबाखान अतिखजील झाला होता! तरी तो पक्का खरा! हसून आणि एक डोळा बारीक करून म्हणतो काय –

"हुजूर, बायको काय, एक मेली तरी दुसरी मिळेल; पण काल जर का रागाच्या तावात हाणलं असतं आणि वर्मी टोला लागून जनावर पटकन मेलं असतं, तर कुणाला विचारायचं होतं? शिकलं-सवरलेलं जनावर मिळणं कठीण. आणि ते हाय म्हणून जगतोय!"

■

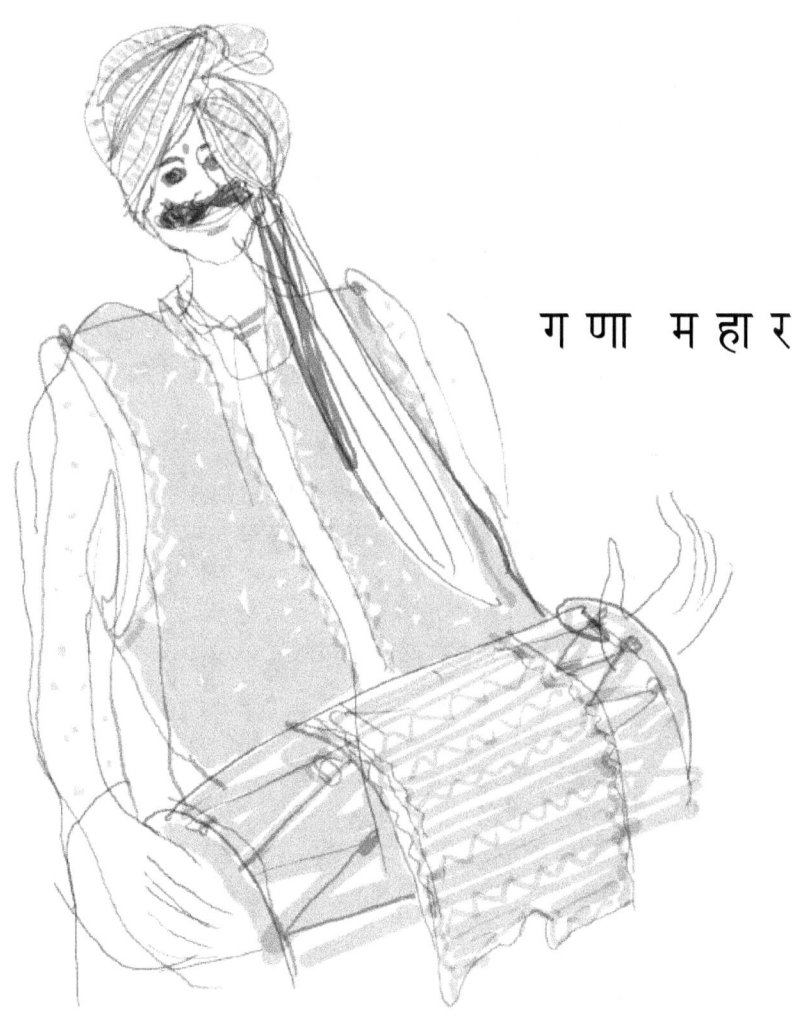

१३

गणा महार

शिवडीला बसस्टॉपवर मी उभा होतो. बसची वाट पाहत होतो. माझ्याशेजारीच एक नकट्या नाकाचा काळाकरंद माणूस होता. सत्तावीस-अठ्ठावीसच्या घरातला, अंगलटीनं फाटका आणि उंचीनं ढांगुळा. त्याच्या एकंदर झोकावरून तो महार-मांग यांपैकी असावा, असं वाटत होतं. त्याच्या तोंडचे चार शब्द ऐकले असते म्हणजे नक्की समजलं असतं. तो वरचेवर माझ्याकडं बघत होता. 'या माणसाला आपण कुठेतरी बघितलं आहे' असं त्याला वाटत असावं; पण तसं बोलावं का न बोलावं याचा गोंधळ त्याच्या मनात चालला असावा. त्याच्या डोळ्यांवरून हे सगळं जाणवत होतं. अखेर हातातली विडी ओढून झाल्यावर त्यानं थोटुक खाली टाकलं आणि ते वहाणेखाली विझवत विचारलं, "सायेब, तुमी कुनीकडचं?"

असा काहीतरी प्रश्न त्याच्याकडून येणार याची मला कल्पना होतीच. मी त्याच्या तोंडाकडे बघत उत्तर दिलं, "आहे तिकडचा सातारकडचा. का?"

"साताऱ्याकडचं व्हय, पन गाव कोनचं?"

माझ्या मोघम उत्तरानं त्याचं समाधान झालं नाही. त्याला अधिक तपशील पाहिजे होता.

"तसं म्हणशील, तर मी माणदेशातला. गाव माडगूळ!"

"तरी मी म्हटलंच!" गणाचा होरा खरा झाला होता. त्यामुळे तो खुलला. "तुमाला आटपाडीच्या बाजारात बगीतल्यावानी वाटलं. तुमी तकडचंच असाल, असं वाटलं. व्हय का न्हवं करीत इतक्या उशीर बोललो न्हाई. मीबी तकडचाच."

"कुठला बरं?"

"इभुतवाडीचा. गणा माजं नाव!"

मुंबईत, या परमुलखात आपला कोणी गाववाला भेटला म्हणजे भारी आनंद होतो; निदान मलातरी होतो. तिकडची भाषा कानांवर पडली म्हणजे मी खुलतो. गणाची माझी ओळख नव्हती. बाजारासाठी आल्यावर त्यानं मला चेहरा ध्यानात राहील इतक्या वेळा बघितलं असलं पाहिजे.

"होय का? मग गाववालाच तू गणा! इभुतवाडीच्या महारांपैकी का?"

"जी, व्हय. तुम्ही बरं हेरलं?"

गणा खुशीत येऊन हसला. पान खाऊन लाल झालेल्या त्याच्या दातांतला एक सोन्यानं मढवलेला दात चमकला. त्याच्या या प्रश्नावर मी केवळ स्मित केलं. गणाची भाषा, चेहरामोहरा आणि पोशाख यावरून त्याची जात कळत होती.

"इथं काय करतोस? गिरणीत आहेस काय?"

"न्हाई, मी हतं तमाशात हाय, नांद्रेकराच्या फडात. ढोलक्याचं काम करतो!"

"ठीक."

आपला गाववाला, महार आणि तमासगीर! गणाशी गप्पा मारण्यात खरी मजा होती. मी म्हणालो, "चल गणा, चहा पिऊ हॉटेलात. फार दिवसांनी तू गाववाला भेटलास."

गणा हसला. लांब-लांब केसांवर तिरपी ठेवलेली फरची टोपी कपाळावर सरकवून बोलला, "चला की! मीच देतो तुमाला च्या. तुमी कवाबी देचाल, पन आमा गरिबाचा पयला प्या!"

मी मान्यता दिली. दोघं मिळून एका कळकट कोंगाड्याच्या हॉटेलात गेलो. मालक गणाच्या ओळखीचा असावा. माझ्यासारखा माणूस घेऊन गणा हॉटेलात आला, ही गोष्ट त्याला विशेष वाटत असावी. तो डोळे मिचकावून बोलला, "अरे गणाजी, काय लय गडबड?"

"राम राम शेट! काय गडबड न्हाई. सायबांना च्या देन्यापायी आलो. गाववालं हैत आपलं." आणि पुन्हा पोऱ्याकडे वळून त्यानं ऑर्डर दिली, "दोन फसकलास च्या आन रं! साकर वाईच जास्ती टाक!"

बाकड्यावर बसल्यावर मी विचारलं, "गणा, आपलं गाव बरं का मुंबई बरी?"

त्यानं अगदी निःस्पृहासारखं उत्तर दिलं, "आपल्याला काय, समदं सारखंच!"

"नाही, पण त्यातल्या त्यात? मलातरी गड्या, आपला मुलुख बरा वाटतो. मुंबईतल्यासारखी तिथं गर्दी नाही, गडबड नाही, निवांत बेत. मोकळ्या रानातून हिंडावं, विहिरीत डुंबावं. ही मजा काही इथं नाही!"

"खरी गोष्ट! पन पोटापायी यावं लागतयं परमुलखात, त्याला काय करता? जिकीर समदीकडंच हाय. सुखासुखी आपलं गाव सोडून कोन येतंया!"

पोऱ्यानं कानतुटक्या कपातून चहा आणून दिला. गणानं विचारलं, "ह्येच्यासंगं काय बिस्कुट-पाव?"

मी म्हणालो, "नको." आणि दोघंही चहा पिऊ लागलो.

गणाच्या पहिल्या बोलण्यावर मी विचारलं, "का? आपल्या गावात काय पोट भरत नव्हतं तुझं?"

"कशाचं भरतंय! मी केली की तराळकी वरीसभर. लई जिकीर कामाची. टपाल पोचवायला खेटं मारावंत, सगळ्या गावची लाकडं फोडावीत, पाटलाची घोडी राखावीत! दिसभर कामाखाली पिट्टा पडायचा. आन् हे करून मिळवायचं काय, तर भाकरीचं चार तुकडं आन् बक्कळ शिव्या!"

"कंटाळलास म्हण की या व्यापाला!"

"तर वं! दिसभर कामानं झेंडू फुटायचा."

"मग या धंद्यात कसा पडलास? हे शिकलास कुठं?"

"म्हणच हाय की, 'बामनाघरी लिवणं आन् म्हाराघरी गानं.' पयल्यापासनंच

नाद तमाशाचा. ढोलकं-तुनतुनं घरीच. गावच्या तमाशात वाजवायचा, गानं म्हनायचा.''

''या दोन कामांत हुशार आहेस म्हण की!''

''ते वं का? समद्यात हाय तयार. पेटी वाजवतो, सोंगाड्याचं काम करतो, नाच्याचंदिकुन काम केलंय मी!''

नकट्या नाकाचा काळाशार गणा लुगडं नेसून बोर्डावर नाचताना कसा दिसत असेल, याची कल्पना मी करू लागलो. मला मोठी गंमत वाटली.

''धाकला होतो तवा मिस्त्रूड फुटंपतूर नाचत होतो. मग लागलो ढोलकं वाजवायला.''

''आणि पेटी वाजवायला कुठं शिकलास?''

''आपलं इनामदारसाहेब ठावं असतील तुमाला? त्यांच्याकडे होती पेटी. माझ्यावर त्यांचा लोभ. ततं जाऊन बसायचो वाजवत. पयलं काय येत नव्हतं. पन पुन्हा झ्याक वाजवू लागलो. मग ती पेटी बक्षीसच दिली त्यांनी मला!''

''गणा, प्रथम कोणत्या फडात राहिलास कामाला?''

गणानं जाकिटाच्या खिशातून बिडी-बंडल काढलं. मला म्हणाला, ''तुमाला हे चालत नसंल गावठी काम! शिग्रट आणतो.''

काऊंटरपाशी जाऊन तो सिगारेट घेऊन आला. त्यानं विडी पेटवली. मी सिगारेट पेटवली. धूर सोडीत दोघंही बोलू लागलो –

''खरंतर या नादापायी मी लई वनवास काढल्यात बघा. पयला आपल्या गावातल्या चार महारांच्या पोरांनी तमाशा काढला. गावात खेळ केलं. गावकरी म्हणालं, 'बरा हाय.' मग जास्ती हुरूप चढला. पाठीशी ढोलकं-तुनतुनं बांधून गावोगाव हिंडू लागलो. पायी-पायी आठ-आठ कोस रस्ता तुडवून जायचं आन् खेळ करायचा. बरं, त्यावर मिळकत म्हनाल, तर कदी दौलतजाद्याचं रुपया-दोन रुपयं मिळायचं, न्हाईतर नुसत्या जेवन्यावर 'तमाशा'! उपासतापास काडलं. न्हाई ततं गेलो! अंगावर एकच अंगरखं असायचं. दुपारी ओढ्यावर जाऊन ते धुयाचं आन् राती तमाशाच्या टाइमाला घालायचं. नाच्या हुशार होतो, पन लुगडंबी नसायचं नेसायला. मग रंगीत पटकाच लुगड्यावाणी ठाकठीक! राती हातरापांघरायला नसायचं. मग धोतराच्या निऱ्या फेडायच्या आन् ते अंगावर घेऊन पडायचं महारवाड्यातल्या तक्यात न्हाईतर धरमसाळंत!''

खाण्यापिण्याची, धडुतपांघरुणाची आबाळ सोसून गणानं आपला नाद शेवटपर्यंत केला. चांगला ढोलक्या व्हायला त्याला इतकी किंमत द्यावी लागली. मी विचारलं, ''गणा, मग गावकीपेक्षा यात रे काय सुख? हा वनवास कशापायी पत्करलास?''

''नादापायी सायेब! तमाशात जावं आन् नाव करावं, ह्येच्यापायी. अवं, हा नाद एकदा लागला म्हंजे सगळं सोडाय लावतो. कित्येक जनांनी घरंदारं सोडली या

नादात! ढाकणाला लावली!''

"मग तुझं कसं काय? का तूही सोडली आहेस बायको?'' मी हसून विचारलं.

गणा अभिमानानं म्हणाला, "न्हाई बरं का! मी इकती वर्सं धंद्यात हाय, पन घरदार संभाळून हाय. हतंच हैती की बायकापोरं! कुटंबी गेलो, तर संगं घेऊन जातो समदं लटांबर. कनातीच्या म्हागल्या बाजूला तंबू ठोकून -हातो ततंच नंदीवाल्यावानी!'' गणा हसला. तमासगिरानं नंदीवाल्यासारखं पाल ठोकून त्यात राहावं, ही गोष्ट त्याला हास्यकारक वाटली.

"सायब, तुमास्नी एक इचारायचं हाय. तमाशात काय सुदारना व्हाव्या म्हनून सरकारनं काय कमिटी बसवलीया म्हनून ऐकतो. हे खरं का!''

"होय, खरं आहे ते गणा. चांगली जाणती माणसं आहेत ती!''

"बरं, मग सुदारना म्हंजे काय करनार ते?''

"तुम्ही लोक फाजील बोलता, वाईटसाईट शब्द उच्चारता, ते बंद करा आणि....''

"थांबा– थांबा. आता तुमी म्हनता आमी फाजील बोलतो; खरं हाय. पन शिनिमात तर पाक बायांच्या अंगाला अंग लावत्यात. तसं तर आमी बोर्डावर करत न्हाई; लांबूनच बोलतो. मग?''

गणाच्या प्रश्नाला मला उत्तर देता आले नाही!

"अवं, आमाला फाजील बोलल्याबगर भागायचं न्हाई अन् आमाला चांगलं बोलायला येनारबी न्हाई. आमी अडानी मानसं. तुमची सुद बोलणी आमाला यावीत कशी? आन् तमाशा बघायला काय तुमावानी लोक येत्यात का? जे येत्यात, त्यांना आमचं बोलणं पसंत पडतं. मग? सुदारना काय करनार?''

गणाचा हा असा आडमुठा हिशेब होता. त्याचं प्रांजळ मत होतं की, तमाशातली अश्लीलता कमी करून तमाशात सुधारणा करायची असेल, तर मग शिकलेल्या बामणलोकांनी तमाशे काढावेत आणि खेळ करून पाहावेत, किती जण पाहायला येतात ते! त्याचा दावा होता की, खेडवळ लोकांना असले तमाशे आवडणार नाहीत. ते बघायला येणार नाहीत.

उशीर बराच झाला होता. मी म्हणालो, "चला, उठू या आता.''

गणा उठला. धांदलीनं माझ्यापुढं होऊन त्यानं बिल चुकतं केलं. हॉटेलबाहेर पडता-पडता मला म्हणाला, "मग तुमी खेळ बघाय कवा येनार?''

"अवश्य येईन कधीतरी.''

"तसं मोघम नको. कवा येनार ते सांगा. शनवार-ऐतवार गाठून या, म्हंजे वग ऐकाय मिळंल. बघा तरी माझं कसब एकदा.''

"गड्या, माझं घर दादरला. तुझा तमाशा सुटणार रात्री एक-दोनला. इतक्या

लांब एकट्यादुकट्यानं चालत जावं कसं?''

''तेची का काळजी तुमास्नी? आमी दोघं-तिघं मिळून पाक दादरापतूर घालवत येऊ की तुमास्नी! मग भागलं का न्हाई?''

''मग काही हरकत नाही. मी पुढल्या रविवारी येईन!''

''या, विंगाआड बसण्याची सोय करतो. तुमी या तर खरं!''

मी आणि गणा पुन्हा बसस्टॉपवर जाण्याच्या फंदात पडलो नाही. दोघं मिळून पोयबावडीपर्यंत पायी-पायीच आलो बोलत-चालत. गणाचं बोलणं मोठं रसाळ होतं. मोठा गमत्या आणि चैन्या गडी होता तो! चालता-चालता तमाशासंबंधी नाना तऱ्हेची माहिती त्यानं मला पुरविली. कितीतरी बारीक-सारीक गोष्टी सांगितल्या.

आमंत्रणाप्रमाणे मी तमाशाला गेलो. गणाचं कसब खरोखरीच वाखाणण्याजोगं होतं. त्याची लांबसडक बोटं ढोलक्याच्या दोन्ही तोंडांवर अशा खुबीनं, अशा जलदीनं पडत होती की, ऐकणाऱ्याची मान हिसकत राहावी, गाण्याकडून वळून त्याचं अवधान गणाच्या ठेक्याकडंच गुंतून राहावं. ठेक्यातल्या खुब्या मी जाणत नव्हतो, तरीपण गणाच्या वाजवण्यावर आपण बेहद्द खूश झालो. खेळाच्या एकंदर उठावात सहा आणे बाजू त्यानं उचलून धरली होती आणि त्याच्या दंडांनी कळ तरी किती सोसावी! गण सुरू झाल्यापासून त्याचा हात सारखा चालला होता. मध्ये फार्साचं भाषण बोलताना त्यानं कुठं पाच-दहा मिनिटं उसंत खाल्ली असेल, तेवढीच! नाहीतर तमाशा उभा राहिल्यापासून संपेपर्यंत तो वाजवीत होता; चांगला दोन-तीन तास! शेवटी घामाघूम झाला आणि धापा टाकीत माझ्याशेजारी येऊन बसला. मी त्याच्या घामेजल्या पाठीवर थाप टाकली –

''गणा, कान निवले माझे तुझं ढोलकं ऐकून!''

या शाबासकीनं तो हरकला.

आता मी वरचेवर त्याच्याकडे जातो, गप्पा मारतो. गणा आडबाजूला असलेल्या एका पत्र्याच्या चाळीत राहतो. तिथं त्याचा गरिबीचा संसार आहे. एकदा मी गेलो, तेव्हा त्याचा सात-आठ वर्षांचा पोरगा खुंटीला अडकविलेलं ढोलकं उभ्या-उभ्याच वाजवत होता. गणा म्हणाला, ''बघा, लहानपणापासून ह्यो नाद! ह्यो बहादूर तरी मोठा झाल्यावर खेड्यात जाऊन गावकी करंल का? तो फडाचा मालक हुईल. समद्या दुनवेत नाव करंल!''

तमासगिरांच्या खासगी जीवनाविषयी मला मोठं कुतूहल. त्यासंबंधी विचारलं असताना गणानं उत्तर दिलं, ''साहेब, आमा लोकांना तुमी बघावं तमाशाच्या थेटरात, बोर्डावर उभं राहिल्यावरच. त्याचं बाकीचं काय बघू नये. मिठाई खावी, पण मिठाईचा कारखाना कधी बघू नये!''

■

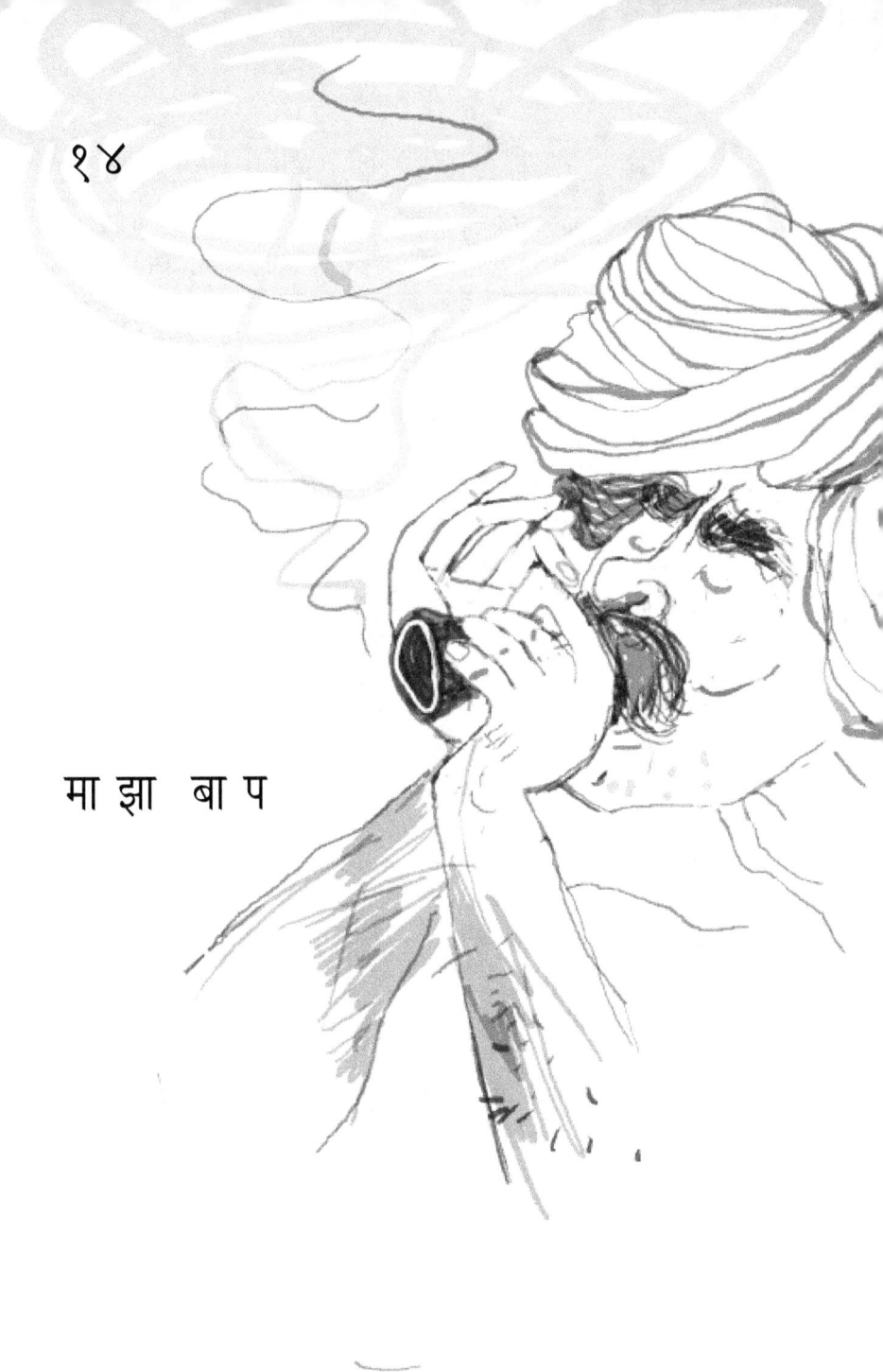

१४

माझा बाप

देशपांडे मास्तर आरोग्यशास्त्र शिकवीत होते. पावसाळ्यात रात्री बेडूक ओरडावा तसा त्यांचा आवाज वाटत होता. मी पुस्तक पुढे धरून झोप घेत होतो.

देशपांडे मास्तर फारच गंभीर होते. क्वचित ते विनोद करीत, पण तोदेखील गंभीर असे. ते आरोग्यशास्त्र शिकवू लागले की, माझे डोळे जड होऊन मिटू लागत. मग पुस्तक पुढे धरून मी बसल्या-बसल्या बैलासारखा झोप घेई. कधीकधी हे मास्तरांच्या ध्यानात येई. पुस्तक खाली ठेवून ते दोन्ही हातांचे तळवे एकमेकांवर चोळत आणि गंभीरपणे म्हणत, "तेलीबुवा, उठा. डोळ्याला पाणी लावून या आणि मग बसा."

मुले माझ्याकडे बघून हसत. मी मुकाट्याने उठून बाहेर जाई. शाळेच्या विहिरीतून बादलीभर पाणी काढी. तोंड धुऊन पुन्हा जाग्यावर येऊन बसे; पण हे क्वचित. एरवी मी झोपलो आहे, हे ध्यानी येऊनही ते शांतपणे शिकवीत राहत. तास संपल्याचे टोले पडताच पुस्तक मिटून निघून जात.

आरोग्यशास्त्राच्या आड थोडा वेळ मला छान झोप लागली आणि एकाएकी देशपांडे मास्तरांनी विचारले, "तेलीबुवा, तुम्ही टोचून घेतलं आहे का?"

मी खडबडून जागा झालो. बावरून उभा राहिलो. देशपांडे मास्तरांनी प्रश्न पुन्हा विचारला, पण त्याचा रोख माझ्या ध्यानात आला नाही.

गंभीर आवाजात मास्तर पुन्हा म्हणाले, "तुमच्या अंगरख्याच्या बाह्या वर करा."

मला काही कळले नाही, पण मी बाह्या वर केल्या.

"देवी काढल्या आहेत का?"

माझ्या शेजारी बसलेल्या मुलाने उठून 'नाही' असे उत्तर दिले. मग मी मानेने नकार दिला.

मुले एकमेकांशी कुजबुजू लागली. बाह्या वर करून एकमेकांचे दंड बघू लागली.

मास्तरांनी आपले नाक गोंजारले आणि दोन्ही तळवे एकमेकांवर चोळले. काही निर्णय घेण्याअगोदर ते बहुधा असे करीत. मग त्यांनी घड्याळात बघितले. तास संपायला थोडा अवकाश होता. टेबलापाशी बसून त्यांनी काही लिहिले आणि तो कागद माझ्या हाती देऊन सांगितले, "आपल्या वडिलांना हे द्या!"

शाळा सुटताच मी बरोबरीच्या मुलांशी न भांडता सरळ घराकडे निघालो. चार मैलांचे अंतर तोडून माझ्या खेड्यात आलो. घरात येताच तो कागद आईच्या हाती देऊन म्हणालो, "मास्तरांनी हे नानाला दिले आहे!"

ती शेजारच्या खेड्यात तेल विकण्यासाठी जाण्याची तयारी करीत होती.

गिऱ्हाइकांनी घाणे काढण्यासाठी दिलेल्या करड्यातून काही करडे वेळूने विणलेल्या टोपलीत घालून त्यात पिवळ्याधमक तेलाच्या चरव्या ठेवल्या होत्या. मी गेलो तेव्हा चुंबळ डोक्यावर ठेवून पाटी उचलू लागायला कोणी मिळते का, हे ती बघत होती.

तेलाने भरलेले आपले हात काळजीपूर्वक नेसत्या लुगड्याला पुसून तिने माझ्या हातातला कागद घेतला. तो उघडला. उलटापालटा केला. एखाद्या लहान मुलासारखा दिसणारा तिचा चेहरा चिंतातुर झाला. हलक्या आवाजात तिने विचारले, "काय सांगितलंय हेच्यात?"

"माझ्या हाताला टोचलं पाहिजे."

"अगं बाई! कशासाठी रे माझ्या लेकरा?"

"मास्तर सांगतात म्हणून. शाळेतल्या पोरांनी घेतलं आहे." आईने मला आपल्याजवळ ओढून घेतले. माझ्या टाळूवरून, तोंडावरून हात फिरवला आणि समजावणीच्या स्वरात ती बोलली, "शाळा शिकायची, तर सगळं सोसलं पाहिजे बाबा. मास्तर म्हणतात ते केलं पाहिजे. बाहेर गेलाय तुझा बाप. आल्यावर दाखव त्याला!"

मग मी पाटीला हात लावला आणि माझी आई तेल विकण्यासाठी निघून गेली.

काही वेळाने माझा बाप आला. कमरेच्या धोतराखेरीज तो उघडाच होता. उघडा राहून राहून त्याचे अंग उन्हाने करपून गेले होते; पण तो चांगला जवान होता. घाण्यातली लाट उचलून त्याचे दंड भारी तयार झाले होते, पण त्यांच्यावर टोचल्याचे व्रण नव्हते.

कोनाड्यातील चिलीम-तंबाखू घेऊन तो उंबऱ्यापाशी दोन पायांवर बसला आणि चिलीम भरत आपल्या राठ आवाजात बोलला, "कधी आला रे तू शाळेतून?"

मी काही न बोलता मास्तरांनी दिलेली चिठ्ठी त्याच्या हवाली केली. तेव्हा भरलेली चिलीम पायाचा अंगठा आणि त्या शेजारचे बोट यांमध्ये उभी धरून त्याने चिठ्ठी दोन्ही हातांनी उघडली. मास्तरांनी लिहिलेली अक्षरे लावायला त्याला बराच उशीर लागला.

श्री. नरसू तेली यांना,

स. न. वि. वि.

आपला मुलगा चि. रामू याला देवीची लस टोचून घेतली नसल्याचे आज माझ्या ध्यानात आले. लहानपणी टोचून घेण्याचे काही कारणाने राहून गेले असावे. पण आता अवश्य घ्यावे. साथ आहे. सुरक्षिततेच्या दृष्टीने खबरदारी घेतलेली बरी. कळावे.

आपला,
र. वि. देशपांडे,
वर्गशिक्षक.

मग माझ्या बापाचा चेहरा थोडा गंभीर झाला. मला जवळ बोलावून त्याने अंगरख्याच्या गुंड्या काढायला लावल्या. माझ्या छातीला, गळ्याला हात लावून बघितला आणि मग ती चिठ्ठी फाडून टाकून तो गरजला, "गाढव आहे तुझा मास्तर! तुला काहीसुद्धा झालं नाही. टोचायचं का म्हणून? डॉक्टरचं घर भरायला आम्ही काय जहागीरदार लागून गेलोय? सांग त्याला, मला धाडसुद्धा झाली नाही म्हणून!"

मी म्हणालो, "जे काय असंल, ते लिहून द्या."

यावर डाफरून तो बोलला, "बरं देईन. जा, विस्तू घेऊन ये आतला!"

मी उलथन्यावर विस्तू घेऊन आलो. तो चटकन बोटांनी उचलून त्याने चिलमीवर ठेवला. त्याच्या हाताला पोळत कसे नाही, हे कोडे मला नेहमीचेच होते. खमंग वास सुटला. नाकातोंडातून काळा करडा धूर सोडीत, कोंडल्या आवाजात त्याने मला पुन्हा सांगितले, "मला दौत, टाक, कागद दे."

माझा बाप लिहिण्यावाचण्यापुरते शिकला होता. लिहिण्याचे साहित्य देताच पालथी मांडी घालून त्याने बराच वेळ विचार केला आणि मला विचारले, "मास्तरला पत्र लिहिताना मायना काय लिहितात रे?"

तो अडल्यामुळे मला विचारत होता, हे मला कळले; पण मलाही मायना येत नव्हता. मी ठोकून दिले, "पण तो काही तुझा मास्तर नाही नाना, साधा मायना लिही!"

मग दौतीत टाक बुडवावा आणि काय लिहावे, हे निश्चित करेपर्यंत तो वाळावा असे बऱ्याच वेळा झाल्यावर वाकड्या-तिकड्या अक्षरांत त्याने खालील मजकूर लिहिला.

रा. रा. मास्तरसाहेब यांना, वाकडेवाडीहून नरसू बाबाजी तेली याचा राम राम. लिहिण्यास कारण की, चिठ्ठी मुलानं दिली. आपण काळजी करण्याचे कारण नाही. आता त्याचे अंग गरम लागत नाही. आपल्याला संशय आला, तो ताप नसावा. टोचण्याचे कारण नाही.

नरसू बाबाजी तेली.

दुसऱ्या दिवशी शाळेत जाताच ती चिठ्ठी मी देशपांडे मास्तरांपाशी दिली. ती वाचता-वाचता त्यांच्या कपाळाला आठ्या पडल्या. लगेच तळवे चोळून त्यांनी दुसरी चिठ्ठी लिहिली.

श्री. नरसू बाबाजी तेली यांना,

स. न. वि. वि.

आपला काही गैरसमज झालेला दिसतो. सुरक्षिततेच्या दृष्टीने लस टोचून घेणे आवश्यक आहे. मुलाचा शिक्षक या नात्याने मला त्याच्या आरोग्याची काळजी घेतली पाहिजे. आपण मुळीच हयगय न करता टोचून घ्यावे. कळावे.

आपला,
र. वि. देशपांडे,
वर्गशिक्षक.

ही चिठ्ठी घेऊन मी घरी आलो, तेव्हा घराबाजूला रोवलेला आमचा घाणा चालला होता. डोळ्याला झापडे बांधलेला म्हातारा बैल गोल फिरत होता आणि घाण्यावर कुणीच बसलेले नव्हते. मी जाऊन बसलो. गोल फिरताना पोटात खळगा पडतो आणि बरे वाटते. घाण्याची लाट म्हशीसारखा आवाज करीत होती. पेंड खाण्यासाठी कावळे भराऱ्या मारीत होते.

लगेच नाना आला. नित्याप्रमाणे तो उघडाच, पण धोतराभोवती तरटाचा एक धडपा गुंडाळला होता.

घाण्यापाशी घेऊन त्याने लाट हलवली. अर्धवट ठेवलेले करडे हात घालून सारखे केले आणि तेलकट हात तरटाला पुसून म्हटले, ''हं, काय म्हणाला तुझा मास्तर?''

मी उत्तरादाखल चिठ्ठी दिली. उन्हाच्या तिरपेला जाऊन तो ती लावू लागला. मी तेलाने चपचपलेली ती पेंड खात होतो आणि घाण्याबरोबर फिरत होतो.

चिठ्ठी वाचून होताच नानाने दंडाला धरून मला पुढे खेचले आणि बैलाला मारण्याचा आसूड माझ्या पाठीवर उडवला. तो म्हणाला, ''गाढवीच्या, शाळा नको म्हणून आजारी असल्याचं सोंग करतोस! मास्तरला फसवतोस? हां?''

मी 'ओय ओय' करीत पळालो. चाबूक उगारून नानाही माझ्या मागे लागला. मी गल्लीबोळातून पळालो. बापाच्या पुढे पळण्याची माझी ताकद नव्हती, पण कावळे पेंड खातील म्हणून तो लवकर परत फिरला.

मग मी उशिरा घरी परत आलो. गावच्या ओढ्याप्रमाणे नानाचा राग लवकर ओसरतो, हे मला ठाऊक होते. शाळेला जायला निघताच त्याने दुसरी चिठ्ठी माझ्यापाशी दिली. तिच्यात खाली दिलेला मजकूर होता –

रा. रा. देशपांडे मास्तरसाहेब यांना, नरसू तेल्याचा राम राम. लिहिण्यास कारण की, तुम्ही पुन्हा टोचण्यास लिहिले आहे. आपले रास्त आहे. शाळा चुकविण्यासाठी आपण आजारी आहोत, असे त्याने लबाड सांगितल्याचे दिसते. त्याबद्दल मी त्याला

ठोकला आहें. पुन्हा तो काही बोलणार नाही. कळावे.

आपला,
नरसू बाबाजी तेली,
वाकडेवाडीकर.

हा घोटाळा आणखी किती काळ चालणार आहे, असे वाटून मी फार पंचायतीत पडलो. माझा बाप फारच हेकेखोर माणूस होता. जन्माला आल्यापासून आजतागायत तो कधी आजारी पडला नव्हता, त्याने कधीही औषध घेतले नव्हते; मग तो पोराला टोचून कसा घेणार!

देशपांडे मास्तरांनी चिठ्ठी वाचली आणि कधी नव्हे तो त्यांचा चेहरा रागेजला दिसू लागला. नेहमी ते मला अहो-जाहो बोलवीत, पण आज म्हणाले, "तुला काही अक्कल आहे का?"

मी होय-नाही अशी मान हलवली.

"मग बापाला नीट समजावले का नाहीस?"

"पण मलाही नीट समजले नाही!"

हे ऐकून नाक गोंजारीत मास्तर स्वत:शीच पुटपुटले, "साधी गोष्ट. मला कळत नाही की, तुम्ही लोक इतके अडाणी कसे? बरं, मी पुन्हा चिठ्ठी लिहितो!"

त्या दिवशी देशपांडे मास्तर मला सारखे प्रश्न विचारीत होते. त्यांनी मला मुळीच झोपू दिले नाही. शाळा सुटताच सगळी मुले माझ्याभोवती गोळा झाली. माझ्या अंगरख्याच्या बाह्या वर करून त्यांनी वण आहेत का नाही, ते बघितले आणि ओरडा केला, "तेलीबुवा, तुम्ही टोचून घ्या! हुर्यो!" कुणीसे म्हटले.

"टोचून घ्या तेलीबुवा, नाहीतर ठोक्याच्या तपेलीसारखे तोंड होईल!"

"मेहेरबानी तेवढ्यावर निभावले तर, नाही तर जीवे मराल!"

मुलांनी माझी पाठपुरवणी केली. ती सगळी मुकाट सहन करून मी घरी आलो आणि चिठ्ठी नानाला दिली.

कडू तेलाच्या दिव्यापाशी बसून त्याने ती लावली.

श्री. नरसू बाबाजी तेली यांना,

स. न. वि. वि.

आपला गैरसमज झालेला दिसतो. माझ्या म्हणण्याचा अर्थ असा नाही की, तुमचा मुलगा आता आजारी आहे. त्याने तशी बतावणीही माझ्यापाशी केली नाही, पण तालुक्यात देवीची साथ आहे. तिला आवर घालण्यासाठी टोचून घेणे आवश्यक आहे, म्हणून मी आग्रह धरला. माझ्या चिठ्ठ्या पुन्हा एकवार नीट वाचल्यात, तर

ही गोष्ट तुमच्या नजरेस येईल. सरकारी दवाखान्यात मोफत टोचण्याची व्यवस्था आहे. फार त्रासही होणार नाही. मुलाचा शिक्षक या नात्याने मला ही खबदारी घेणे आवश्यक वाटले. आशा आहे की, झाला गैरसमज दूर होऊन आपण टोचून घेण्याची तजवीज कराल. कळावे.

आपला,
र. वि. देशपांडे.

चिठ्ठी वाचून होताच ती दिव्यावर धरून जाळीत नाना बोलला, ''सुया टोचून कुठं साथी जातात काय? गाढव लोक! मी कधीही काही टोचून घेतलं नाही. साथी आल्या अन् गेल्या. मी अजून जगलोय ना? माझा बाप, माझा आजा कुणी टोचलं नव्हतं. बाप अठ्ठ्याण्णव वर्षं जगला, आजा शंभर आणि वर तीन! मास्तरला अक्कल नाही. सुया-बिया टोचणार असतील, तर तू शाळेत जाऊ नकोस. आपला धंदा कर.''

माझी आई इतका वेळ गप्प होती, ती हळूच म्हणाली, ''पण चार यत्ता शिकून द्या त्याला. शाळा शिकायची, शहाणं व्हायचं तर टोचून घेतलं पाहिजे. मार सोसला पाहिजे.''

त्यावर नाना ओरडला, ''काय गरज नाही. कितवीत आहेस रे पोरा तू आता?''

''मराठी चौथीत.''

''बास झालं. बापापेक्षा दोन पायऱ्या पुढं गेलास. आज मी चिठ्ठी देतो ती वाचूनही मास्तर टोचून घे म्हणाला, तर पुन्हा शाळेची पायरी चढू नकोस.''

आणि त्यानं चिठ्ठी लिहिली.

राजमान्य राजश्री मास्तरसाहेब यांसी, रामराम.

पत्र लिहिण्यास कारण की, माझा गैरसमज झालेला नाही. मी, माझा बाप, माझा आजा कोणीही टोचून घेतले नाही. आमच्यापैकी कुणीही साथीच्या रोगाने मेले नाही. सबब, माझा मुलगाही मरणार नाही. मी त्याचा बाप तो जास्त कसा जगेल हे बघीन. तुम्ही फक्त त्याला चार अक्षरे शिकवण्याचे करा. कळावे.

आपला,
नरसू तेली.

ही चिठ्ठी घेऊन जेव्हा मी शाळेला निघालो, तेव्हा मला फार भीती वाटत होती. माझी शाळा खलास झाली, असे वाटत होते. धुळीने भरलेल्या वाटेने जड दप्तर वागवीत चाललो असताना, मी या विचाराने अगदी व्याकूळ झालो होतो. घाण्यावर

बसण्यापेक्षा मला शाळेत बसणे जास्त आवडत होते.

आणि भरभर चालून दमगीर झालेली माझी आई डोक्यावर तेलाची पाटी घेऊन माझ्या मागून आली. ती निश्चयाने म्हणाली, ''चल, आपण दवाखान्यात जाऊन टोचून घेऊ. तू कळ सोसशील का?''

मी म्हणालो, ''सोशीन, पण नानाला कळलं तर?''

''त्यांच्यादेखत विव्हळू नकोस.''

''नाही, पण तो सुजलेला हात बघील. टोचल्यावर हात सुजतो.''

''त्यांच्यादेखत उघडा होऊ नकोस आणि एकदा टोचल्यावर काय करणार आहे तो? चल.''

चिट्ठी फाडून टाकून आम्ही दवाखान्यात गेलो. मात्र टोचताना आईने डोळे पदराने झाकून घेतले. मी तोंड फिरवून कळ सोसली.

माझ्या बापाला मी टोचून घेतल्याचे कळले नाही. साथ संपली, तेव्हा तो फुशारकीने मला म्हणाला, ''सांग तुझ्या मास्तरला! मी अजून जिवंत आहे म्हणून आणि म्हणावं, माझा बापही आहे. गाढव साले! देवाशपथ मी सांगतो पोरा, तुझा तो मास्तरच एके दिवशी साथीत पटकन मरेल!''

यावर माझ्याकडे बघून आई गालात हसली.

■

१५

बि टा का का

काकांना बिटा हे नाव का पडले असावे? वास्तविक, ठेवताना त्यांच्या आई-वडिलांनी 'दामोदर' हे चार जणं ठेवतात तसे नाव ठेवलेले होते; पण सगळे ओळखतात ते बिटा पोलीस म्हणून. काका सर्व भावंडांत धाकटे, म्हणून त्यांना कदाचित बिट्टा म्हणत असावेत आणि या बिट्टाचे पुढे बिटा झाले असावे.

संस्थानी कारभारातील अनेक चमत्कारांप्रमाणे काकांना पोलीस खात्यात नोकरी मिळाली, हाही एक चमत्कार आहे! एरवी पोलीस होण्यासारखे या माणसापाशी काहीही नाही. उत्तम अंगलट नाही, भरदार आवाज नाही की उग्र चेहरा नाही. अंग नाही ते नाही, पण जाड आवाजसुद्धा नाही. मऊ मेणासारख्या काकांना पोलीस का केले होते? बरे, केले ते केले, पण वीस वर्षांच्या नोकरीत ही चूक कुणाच्याही नजरेत कशी आली नाही? कधी काळी काकांनी पोलिसाचा गणवेश अंगावर घातला, तर ते एखाद्या बुजगावण्यासारखा दिसत. एखादे पोरठोरही त्यांची टोपी उडवील, असे वाटे. ही गोष्ट त्यांची त्यांनाही माहीत होती. तपासणीसाठी कुणी वरचा अधिकारी आला की, ते कोट-अंगरखा तसाच ठेवून त्यावर जाड डगले चढवीत. धोतराचा खोचा मारून वर खाकी अर्धी चड्डी घालीत. त्यामुळे तरी आपले काटकीसारखे अंग भरदार दिसेल, असे त्यांना वाटे, पण गालांची हाडे, पुढे निघालेले गुडघे झाकतील का? अंमलदाराच्या ते ध्यानात येई आणि पुढे उभा राहून काकांकडे सारखा बघत तो विचारी, ''नाव काय रे तुझे?''

''दामोदर बळवंत कुलकर्णी साहेब!''

''तब्येत अशी का तुझी?''

''नुकताच आजारातून उठलो साहेब!''

''हां, तब्येत सुधार. चांगला जवान हो!''

''हां साहेब!''

वर्षानुवर्षे काकांनी ही सबब सांगितली आणि संस्थानी खाक्यात ती खरी मानली गेली. तशा अंगानेच काकांनी अखेरपर्यंत चाकरी बजावली.

कामधंदा नव्हता, तेव्हा काका घरीच होते. लहानपणी मी त्यांचा फार लाडका होतो. चार मैलांवर भरणाऱ्या बलवडीच्या उरुसाला ते मला खांद्यावरून नेत. ऊन लागू नये म्हणून आपल्या अंगातले काढून माझ्या डोक्यावर ठेवीत आणि तसेच उघडे, अनवाणी, तापल्या फुफाट्यातून ओढीत चार मैल चालत. मैदानात चाललेल्या कुस्त्या मी त्यांच्या खांद्यावर बसून बघे. माझे ओझे खांद्यावर घेऊन काका कोल्हाट्याचा खेळ बघत उभे राहत; पण नुसता फुकटचा खेळ बघत माझे समाधान होत नसे. चुरमुऱ्याचे गोड लाडू, भजी, शेव असले पदार्थ विकीत दुकानदार बसलेले असत, त्यांच्याकडे बोट दाखवून मी म्हणे, ''काका, मला लाडू द्या.''

काका कसनुसे तोंड करून म्हणत, "छे, त्याला काय चव का ढव? खाऊ नये ते!"

लालभडक कलिंगडाच्या फोडीकडे बघून माझ्या तोंडाला पाणी सुटे.

"काका, मला कलिंगड पाहिजे!"

"अरे, त्याला काय खायचं! नुसतं पाणी! कितीही खाल्लं तरी पोट रिकामंच. पाणी प्यायचं का तुला?"

उसाच्या गाड्या सुटलेल्या असत. पोरेठोरे ऊस चघळत असत. मी रडून म्हणे, "काका, मला ऊस!" उसाचे वैगुण्य काय सांगावे याची काकांना पंचाईत पडे. मग मला ते खाली उतरीत आणि उगीचच कडसोरी धुंडाळीत. चेहरा वाईट करून म्हणत, "अरे, पैशे पडले. च् च्! चांगले चार पैशे आणले होते मी तुझ्यासाठी. पडले कुठे?"

हे पैसे गमावल्याचे नाटक काका फार चांगले पार पाडीत. राहून राहून हळहळत, वरचेवर वाटेतल्या धुळीत वाकून बघत आणि मग चुरमुऱ्याचे लाडू किंवा ऊस न खाता नुसत्या कुस्त्या बघून मी काकांच्या खांद्यावरून परत गावी निघे. रस्त्याने येताना काका मला आश्वासन देत :

"मला नोकरी लागू दे रे, म्हणजे उसाच्या गाड्या घेऊन देईन तुला! पाटीभर कलिंगडं देईन! काय समजलास!"

खांद्यावर बसून हेलकावे मिळत आणि मी वरच्यावर पेंगू लागे.

काका म्हणत, "झोपलास काय वंक्या?"

"हूं."

"झोपू नकोस, बोल. बोलत राहिलं म्हणजे वाट लवकर संपते!"

पोलीस खात्यात नोकरी लागली आणि लवकरच काका कामावर रुजू झाले. कोणी बोलायला नाही, अशा स्थितीत त्यांची वाटचाल सुरू झाली. त्याच सुमारास खेडे सोडून आम्हीही कुंडलला गेलो.

त्या नव्या गावात मला काकांची आठवण येई. रोज मला अंघोळ घालून आपल्या धोतराने माझे अंग पुसणारे, मला खांद्यावरून उरुसाला नेणारे, 'तुला वाळुक खावे तसे खावे वाटते रे' असे म्हणून बळे-बळेच माझा गाल चावणारे काका किती लांब राहिले, असे वाटे. त्यांना नोकरी लागली. खरेतर आता ऊस आणि कलिंगडे किती खाता आली असती, पण अशा मोक्याच्या वेळी आपण इकडे आलो आणि काका तिकडे राहिले, असे वाटून मी कष्टी होई. पण वर्षे-दोन वर्षे झाली आणि मी सगळे विसरलो. सुखे आणि दुःखे चटकन विसरली जावीत, असे ते वय होते.

या काळात अरुंद बोळातील एका न्हाव्याच्या घरात काका राहत. या घराशेजारी

देशपांड्यांचा भयाण असा पडका वाडा होता. आणखीही पडकी ओसाडी होती. गलिच्छ अशी डुकरे तिथे नेहमी हिंडत असत आणि ते न्हाव्याचे घर भुताटकीचे म्हणून गाजलेले होते. अशा जागी चार भांडीकुंडी, सतरंजी आणि चादर एवढ्या संसारासकट काका राहत. हाताने स्वयंपाक करून खात. ते एवढेसे आणि अंधारे घर नेहमी 'सारवून-सुरवून' लख्ख ठेवलेले असे. सकाळी सडासंमार्जन केलेले असे. एखाद्या गृहिणीने ठेवावे तसे काका आपले घर निर्मळ ठेवीत. कंटाळा न करता, न कावता-कदरता भाकरी-आमटी करून खात, भांडी खाशीत, कपडे धूत आणि वेळच्या वेळी सरकारी नोकरी इमानाने बजावीत. त्यांना त्याच घरात असाच कार्यक्रम पार पाडीत वर्षानुवर्षे राहिलेले मी पाहिले आहे.

दोन वर्षे गेली. एके दिवशी मी घराच्या पायरीवर बसलो होतो आणि पटदिशी धोतराचे गाठोडे घेऊन काका आले. त्यांच्या डोक्यावर उंच काळी टोपी होती. अंगात खाकी कोट होता आणि पायांत जाड पोलिसी वहाणा होत्या. प्रसन्न मुद्रेने माझ्याकडे बघून येता-येताच काका म्हणाले, "लेका वंक्या, केवढा झालास रे!"

काका आले, हे मी ओळखले आणि लाजून आत पळालो. आई घरकाम करीत होती. तिला ओरडून म्हणालो, "आई, आपले बिटाकाका आले!"

मग हातपाय धुऊन काका बसले आणि त्यांनी गाठोडे सोडले. त्यातून चुरमुरे, डाळे, बत्तासे काढले आणि लोकरीचा एक नवा, हिरव्या रंगाचा कोट हातात घेऊन ते म्हणाले, "चलो मछिंदर, हा कोट तुम्हाला!" त्या कोटाचा नवेपणाचा वास आणि झगमगता हिरवा रंग मला अजून आठवतो. मला मनातून खूप आनंद झाला होता. कारण चड्डी आणि कोट घालणे, ही त्या वयात माझी श्रीमंतीची कल्पना होती. काका वरचेवर बोलावू लागले, पण मी लाजू लागलो. दोन वर्षांच्या ताटातुटीने पोर विसरले याचे काकांना वाईट वाटले. ते म्हणाले, "लेका, तुला वागवून-वागवून खांद्याला घट्टे पडले की रे! आणि आता जवळ यायला लाजतोस? चल, हा कोट घालून बघ येतो का!" तरी माझी भीड चेपायला काही वेळ गेला आणि मग कोट घालून मी काकांना आणि आईला नमस्कार केला. काकांनी आणलेला कोट दाखवीत सगळीकडे हिंडलो.

रात्री काका म्हणाले, "माझ्या पायावर पाय दे रे, फार दुखतात."

आई म्हणाली, "का हो?"

काका म्हणाले, "नोकरी लागल्यापासून चालण्याची सवय सुटली वहिनी!"

म्हणजे आटपाडी ते कुंडल हे अंतर बिटाकाकांनी पायी तोडले होते. आपल्या पुतण्याला कोट देण्यासाठी, त्याला एकवार बघण्यासाठी बिटाकाका साठ ते पासष्ट मैलांचे अंतर पायी तुडवून आले होते! तिथे ते चार दिवस राहिले आणि मग माझे वरचेवर मुके घेऊन आणि गाठोडे पाठीशी टाकून (आईने दिलेल्या शेवया-कुरोड्या

त्यात होत्या) पुन्हा आले तसे चालत ते परत नोकरीवर रुजू होण्यासाठी गेले! आता हे सगळे आठवले म्हणजे नवल वाटते. या माणसापाशी एवढी माया कशी होती, असे वाटून स्वत:ची शरम वाटते. आपण, आपली बायको, आपली पोरे यांपलीकडे आता आम्हाला कुणाविषयी काही वाटत नाही. सख्खे बहीण-भाऊसुद्धा परके वाटतात. वर्षानुवर्षे कुणी कुणाला मुद्दाम सवड काढून भेटत नाही. कधी प्रसंगांनी भेटले, तरी काय बोलावे याचा विचार पडतो. साडेसात रुपये पगार असताना तीन रुपयांचा कोट घेऊन शे-सव्वाशे मैलांची पायपीट आता मी माझ्या पुतण्यासाठी करीन का?

अंग वाढले तसा तोकडा झाला, जुना होऊन फाटला, तरी तो हिरवा कोट मी कित्येक दिवस वापरीत होतो. झोपतानासुद्धा तो माझ्या अंगात असे. काकांनी दिलेली ही ऊब पुढे मला जन्मभर पुरली आहे.

यानंतर पुन्हा काही वर्षे काका भेटल्याचे मला स्मरत नाही. कदाचित सवड काढून ते आले असतील किंवा आम्ही गावाकडे गेलो असताना त्यांची भेट झाली असेल; पण या सहा-सात वर्षांच्या काळात काका न्हाव्याच्या घरात राहत होते, हाताने करून खात होते आणि कचेरीत जात होते, यापलीकडे माझ्या आठवणीत काही नाही. हां, या काळात त्यांचे एकदा लग्न करून टाकावे, अशी भुणभुण आईने वडिलांच्या मागे लावली होती.

"कोंडिबाचे ते तसे आहे. त्याचे लग्न होईल, संसार, पोरे-बाळे होतील अशी काही आशा आता नाही. पण तसे याचे नाही. कसेतरी आता पोटापुरते मिळवीत आहेत. एखादी गरिबाची मुलगी बघून त्यांचे लग्न लावून टाकले म्हणजे आपल्या जबाबदारीतून आपण सुटलो. बापाच्या माघारी त्यांना सांभाळले, तसे एकवार लग्न लावून संसारही थाटून दिला म्हणजे झाले!" असे ती वडिलांपाशी वरचेवर म्हणत असे. पण त्या काळी लग्न होणे, ही फार अवघड गोष्ट होती. त्यात आमचे गाव दरिद्री म्हणून चोहीकडे प्रसिद्ध होते. माडगूळकरांच्या घरी पोर देण्यापेक्षा तिला विहिरीत ढकललेली बरी, असे बोलले जात होते. मुलगी द्यायची म्हणजे किमानपक्षी तिला खाण्यापिण्यास पोटभर मिळावे. जाडेभरडे का होईना, पण अंगभर वस्त्र मिळावे, अशी कुणाचीही अपेक्षा असणारच; आणि बापड्या माडगूळकरांपाशी यांपैकी काहीही पुरेसे नव्हते. अशा स्थितीत लग्ने कशी होणार? आता हे विशेष वाटेल, पण केवळ याच कारणासाठी आजवर मोकळी राहिलेली कितीतरी माणसे मी माझ्या गावी पाहिली आहेत. यामुळेच आईचे हे बोलणे वडील नेहमी कानाआड टाकीत. "तुला वाटते आहे, पण या काळात लग्नकार्य करणे ही साधी गोष्ट नाही. धाडस करून, खटपट करून काही केले, तरी त्याच्याही गळ्याला तात लागेल आणि कर्जामुळे मी आधीच गळ्याइतका बुडलो आहे, तो पार जाईन. त्यापेक्षा तो

एकटा राहतो आहे, दोन वेळा पोटभर जेवतो आहे ही गोष्ट अत्यंत समाधानाची आहे.'' अशा चार समजुतीच्या गोष्टी सांगून ते आईचे तोंड बंद करीत.

पण इकडे काकांनीही हळूहळू तयारी केली होती. जमेल तसे ते एखादे भांडेकुंडे खरेदी करीत होते. हौस मारून, पोटाला चांगले-चुंगले न खाता, मुरड घातलेले धोतर आणि ठिगळाचा सदरा वापरून रुपया-आणा मागे टाकीत होते. असे करता करता त्यांनी तीन-चारशे रुपये साठविले आणि हळूच आईपाशी बोलून ठेवले, ''वहिनी, मिळविले ते सगळे मी काही उडवून टाकलेले नाही. लग्नासाठी दोन-पाच रुपये साठविले आहेत.'' एवढे कळल्यावर वडिलांच्या मागे आईने फार लकडा लावला. या प्रश्नावरून घरात रोज खटके उडू लागले, तेव्हा वडिलांनी जमिनीवर बोजा केला. सातार्‍याकडची एक चांगल्या घरची मुलगी बघितली आणि काकांचे लग्न लावून टाकले. (हे कर्ज त्यांना काही फेडता आले नाही. पुढे मुले कर्ती झाल्यावर त्यांनी ते फेडले!)

कित्येक वर्षांनी न्हाव्याच्या त्या घराने गृहिणीच्या बांगड्यांचा आवाज ऐकला. कित्येक वर्षांनी काकांच्या मागची चूल सुटली. दोन वेळा दुसर्‍याने केलेले खायचे सुख त्यांना कित्येक वर्षांनी मिळाले. नेहमी शरीराने वाळले-सुकलेले काका थोडेफार सुधारले. त्यांच्या लांबट चेहर्‍यावर थोडी तुकतुकी आली. डोळ्यांत दिसणारे कारुण्य, उदासीनता जाऊन ते थोडे हसरे झाले. अर्थात, कशाही परिस्थितीत रडगाणे कुणापाशी गायचे नाही, हा काकांचा जन्मस्वभावच होता, पण अति झाले म्हणजे माणसाच्या शरीरावर थोडाबहुत तरी परिणाम होतोच की! कितीही दिसू दिले नाही, तरी तोंडावर, डोळ्यांत दिसतेच की! पण तेही मावळले. आपला एवढासा संसार काका सुखासमाधानाने करू लागले.

पण काही माणसे दु:ख भोगण्यासाठीच जन्माला आलेली असतात. जन्मल्यापासून दु:खाचे जड ओझे डोक्यावर घेऊन, न चडफडता, न तक्रार करता ती वाट चालत असतात. त्यांचा तो कंटाळवाणा प्रवास आपला चाललेला असतो. अगदीच मेटाकुटीस आली, म्हातारा बैल चालत्या नांगराला मटकन खाली बसावा तशी बसली, म्हणजे दैव एखादा सुखाचा बारीक कण त्यांना दाखविते आणि तेवढ्याने धडपडून उठून ती पुन्हा शेवटल्या तीन हात जागेकडे जाणारी ती वाट चालू लागतात. नव्या संसाराला सुरुवात होते न होते तो काकूंचे दुखणे सुरू झाले. ते असे की, त्या महिनोन् महिने, वर्षानुवर्षे अंथरुणावर पडून राहू लागल्या. काकांच्या संसाराला कडू औषधाचा वास कायमचा लागला. बायकोची शुश्रूषा करावी, स्वयंपाकपाणी करावे, ड्युटीवर हजर राहावे असा जीवनक्रम पुन्हा सुरू झाला. न संतापता, न रडता काका आपले हे सगळे करीत राहिले. वर्षामागून वर्षे गेली. नाना औषधे, नाना उपचार झाले, पण काकूंचे अंथरूण सुटले नाही. पुन्हा पहिल्यासारख्या धष्टपुष्ट

होऊन त्या कधी घरात वावरल्या नाहीत. शेवटी त्याही कंटाळल्या.

नवऱ्याला म्हणाल्या, "मला आपले माहेरी पोचते करा. आजवर तुम्ही हाताने करून खाल्लेत, आता मला करून घालावे लागते आहे. माझा हा आजार किती वर्षे राहणार आहे, कुणाला ठाऊक? माझा काही उपयोग नाही तो नाही, पण तुम्हालाच माझी चाकरी करावी लागते आहे. मी आपली माहेरी जाऊन पडते."

कुणाला कधी विरोध करण्याचे माहीत नसलेल्या काकांनी बायकोला माहेरी पोचते केले. आठवण झाली की, ते तिकडे जात, चार-आठ दिवस राहत आणि पुन्हा परत येऊन आपले एकलकोंडे आयुष्य घालवू लागत. चूल-स्वयंपाक, सडा-सारवण, झाडलोट पुन्हा पहिल्यासारखे सगळे चालू झाले! काहीएक तक्रार न करता, रोजच्या कार्यक्रमात काहीएक बदल न करता काका ते करीत राहिले. बोलायला कोणी राहिले नाही आणि त्यांची वाट लवकर ओसरली नाही. कंटाळवाणी वाट संपता संपली नाही.

वडिलांना पेन्शन मिळाले. आम्ही गावी स्थिर झालो. रोज पाच मैलांची रपेट मारून मी तालुक्याच्या शाळेला जाऊ लागलो. त्या वेळी काकांची तिथून बदली झाली होती. सात मैलांवर असलेल्या दिघंची गावी ते ठाणे अंमलदार झाले होते. शाळेची फी दोन आणे होती, पण तीही चार-चार महिने देता येत नसे. मग वह्या कसल्या आणि टाक कसले? फी फार थकली आणि मास्तरांनी फार नेट लावला, म्हणजे काकांशिवाय मला कोणी त्राता नसे. शाळा सुटली की, पुस्तके तिथेच ठेवून मी दिघंचीचा रस्ता धरी. दिवस मावळून जाई, अंधार होई. अनवाणी पायांनी माणदेशची ती मरुभूमी तुडविताना साप-लांडग्याच्या भीतीने माझ्या काळजाचा थरकाप होई. मग मागे-पुढे न बघता मान खाली घालून 'राम राम' म्हणत मी चालत राही. हळूहळू चालण्यातून पळणे येई आणि रात्री काकांच्या खोलीत जेव्हा शिरे, तेव्हा घामाने माझे अंगरखे पाठीला चिकटलेले असे आणि छाती लोहाराच्या भात्यासारखी खाली-वर होत असे.

या वेळी काका बहुतेक चुलीपुढे असत. त्यांच्या दोन भाकरी आणि ताटातले कालवण तयार झालेले असे. लाकडे बाहेर ओढून त्यावर पाण्याचा सपकारा मारीत ते म्हणत, "लेका, कसा आलास रे?"

"आलो एकटाच चालत!"

मग काका हसत आणि म्हणत, "पळत आलेला दिसतोस भरधाव! भीती वाटली होय?"

"अंधार पडला वाटेत."

"हां, मग चड्डी ओलीबिली केली नाहीस ना?"

चेष्टेखोरपणे नेहमीच बोलावे आणि बोलताना डोळे बारीक करून खु-खु असे

स्वतःच हसावे, अशी काकांना खोड आहे. गालांची हाडे वर आलेला त्यांचा कृश आणि लंबोडका चेहरा तेव्हा मोठा गमतीदार होत असे; खोल, आत असलेले डोळे लबाड पोरासारखे होत असत.

मी मग म्हणे, ''काका, फीला पैसे द्या!''

ताटल्या मांडून त्यात भाकरी वाढून घेताना काका उत्तर देत, ''हो, देऊ की! पैशाला तोटा पडलाय. आधी तू जेव तरी! मग पैशाचं बघू.''

काका नेहमी दोन पायांवर बसून जेवत आणि घास घालताना तोंडाचा आवाज करीत. त्या आवाजामुळे असे वाटे की, हा माणूस काही पंचपक्वान्ने खातो आहे; मग ती साधी तिखट-भाकरी का असेना!

आपण केलेल्या भाकरीचा आणि पिठल्याचा काका खूप आग्रह करीत. म्हणत, ''घे रे, बघ पिठले कसे केले आहे! फर्मास श्रीखंडासारखे!''

गोष्ट खरी होती. खरोखरीच काकांचा स्वयंपाक कसा फर्मास असे. पापोडा सुटलेल्या, पातळ, पौर्णिमेच्या चंद्रासारख्या गोल अशा त्यांच्या भाकरी असत. इतक्या चांगल्या भाकरी दोन मुले झाली तरी माझ्या बायकोला अद्याप करता येत नाहीत!

मग खाली अंथरलेल्या एका घोंगड्यावर आम्ही झोपत असू. आपली चादर काका मला देत आणि नेसूच्या धोतराच्या निऱ्या फेडून ते आपण पांघरत. इकडचे-तिकडचे बोलता-बोलता मी गडप झोपी जाई. बाहेर कडी घालून काका रवणीला कधी गेले आणि पुन्हा येऊन कधी झोपले, ते मला मुळीच कळत नसे.

सकाळी चहा करून ते मला जागे करीत. भलेमोठे पंचपात्रे भरून चहा प्यायला लावीत. विचारीत, ''काय, गोड झालाय का नाही?''

चहा चांगला म्हणजे तो गोड असला पाहिजे, अशी काकांची ठाम समजूत होती आणि तो बक्कळ प्यायला की, पोराचे कौतुक केल्याचे समाधान त्यांना लाभत असे.

मग कडोसरीचा एक बंदा रुपया काढून ते ठाणकन जमिनीवर वाजवत आणि म्हणत, ''घे, फी दे आणि बाकीच्याचे भेंड-भत्तासे खा!''

इतके झाल्यावर ते मला पुन्हा पायी जाऊ देत नसत. शाळा बुडल्याची त्यांना पर्वा नसे. दुपारी माझ्यासाठी ते भरपूर भात करीत. दूध-गूळ आणि भात असे पक्वान्न मला खाऊ घालीत आणि मग सर्व्हिस मोटारीतून परत धाडीत. या प्रवासासाठी तिकिटाचे पैसे देणे, ही कमीपणाची गोष्ट समजली जाई. ठाणे अंमलदाराच्या रुबाबात काका ड्रायव्हरला सांगत, ''आमचा पुतण्या आहे!''

आणि फुकट बसण्याच्या रुबाबाने फुगून मी परत शाळेला रुजू होई.

कार्तिक महिन्यात दिघंचीला मोठी जत्रा असे. या जत्रेला एक-दोन दोस्त घेऊन

मी हमेशा जात असे. काका खाण्यापिण्याची चंगळ करीत. बंदा रुपया खर्चाला देत आणि रात्री तमाशाला फुकट सोडीत. एवढेच नव्हे, तर रामोशी-रखवालदारांना वेठीला धरून ते पोलीस कचेरीतले बाकडे आणून तमाशाच्या कनातीत टाकीत. खाली वाळूत बसलेले इतर लोक मागे वळून-वळून आमच्याकडे बघत आणि आम्हा पोरांना घेऊन तमाशा बघत काका बाकावर बसून राहत.

काकांच्या या मायेची फेड कशी करावी, या विचारात मी नेहमी असे. त्यांच्यासाठी मला काहीच करता येण्यासारखे नव्हते, याचे मला वाईट वाटे; पण एकदा विलक्षण रीतीने हे समाधान मला मिळाले. चार मित्रांबरोबर खरमुंडीच्या जत्रेला गेलो असताना तिथे मला एक पैशाचे पाकीट सापडले आणि त्यात चांदीचे आठ रुपये होते. आठ! मला वाटते, त्यापूर्वी इतकी रक्कम माझ्या हाती कधीही आली नव्हती. कुणा बापड्याचे हरवले असेल, त्याला अन्न गोड लागले नसेल; पण मी मात्र आनंदाने नाचलो. सोबत होते त्या मित्रांना मिठाई खाऊ घातली. तमाशा पाहिला. तरीही सात रुपये आणि वर काही आणे उरले. मग त्यातील दीड रुपया खर्चून फौजदार घालतात तसली एक फर कॅप मी काकांसाठी घेतली.

या गोष्टीची काकांना काय अपूर्वाई वाटली! डोक्याचे तेल लागून खराब होऊ नये म्हणून नव्या टोपीच्या बुडाशी कागद बसवीत ते आईला म्हणाले, ''वहिनी, हा पोरगा एवढा मला म्हातारपणी विचारील!''

गाव सोडून मी पुणे-कोल्हापूरकडे भटकू लागलो. जगण्यासाठी धडपडू लागलो. काकांची बातमी कधीमधी कळे. काकू अद्याप आजारीच होत्या. महागाईमुळे काकांची ओढाताण होत होती. त्यांची वाट ओसरता ओसरत नव्हती.

बऱ्याच वर्षांनी त्यांना मी पुन्हा पाहिले तेव्हा चार-पाच तासांपूर्वी गांधीवधामुळे चिडलेल्या लोकांनी आटपाडीतील सर्व ब्राह्मणांची घरे जाळली, लुटली होती. गोळीबार झाला, त्यात त्यांच्यापैकी कुणी लुटारू ठार मारला गेला होता. निघून गेलेले ते परगावचे लोक पुन्हा सूड घेण्यासाठी येणार होते, या भूमिकेने हवालदिल झालेली चाळीस-पंचेचाळीस ब्राह्मण कुटुंबे सरकारवाड्यात आश्रयासाठी, संरक्षणासाठी आली होती. पोरे ओरडत होती, बायका मोठमोठ्याने, पण घोगऱ्या आवाजात बोलत होत्या. वाड्याला निर्वासित छावणीचे स्वरूप आले होते. शिल्लक राहिलेला संसार घेऊन झालेल्या प्रकारांनी भिऊन अर्धमेली झालेली माणसे ठिकठिकाणी बसून राहिली होती. त्यात माझे काकाही होते. चढलेल्या तापाने मरगळून, अंगाची मुटकुळी करून काकू भुईवर पडल्या होत्या. एक जुनी ट्रंक आणि एक भांड्यांनी भरलेले पोते शेजारी होते. मी हाक मारताच वर मान करून ते म्हणाले, ''या खाईत तू कशाला रे आलास?''

मी जवळ बसून विचारले, ''तुमचेही घर जाळले का?''

ते कडवटपणाने म्हणाले, ''घर आपले कुठले, घर भाड्याचे; पण संसार सारा लुटला. चार फुटकी भांडी आणि एक ट्रंक राहिली आहे!''

अगोदरच जेरीला आलेले काका या तडाख्याने फारच खाली आले. बघताच पोटात कालवावे असे दिसू लागले. त्यांचे ते हसणे, तो चेष्टेखोरपणा कुठल्या कुठे नाहीसा झाला होता. पूर्वीची माया जाऊन थोडका तुटकपणा आला होता. इतके दिवस झिंजाडून टाकलेला वैताग त्यांना मिठी मारून बसला. संस्थाने विलीन झाली, नोकरी गेली. अगदीच निराधार अवस्थेमध्ये काका आपल्या गावी येऊन राहिले. आईला म्हणाले, ''वहिनी, आता कसे हो व्हायचे?''

आणि त्यांच्या डोळ्यांला पाणी आले. आईने त्यांना लहानपणापासून सांभाळले होते. पोटच्या पोरासारखे वाढविले होते. जवळ जाऊन दुःख सांगावे असे एकच मायेचे आणि वडील असे माणूस काकांना राहिले होते. मग आईने त्यांना समजावले. धीर दिला –

''बाबा रे, तुला कुणी टाकील का? जमीनजुमला, पोरे कर्तीसवरती आहेत. तुम्ही बसून खा. त्यात एवढे घाबरण्यासारखे काय आहे? जातील, आजवर गेले, तसे दिवस पुढेही जातील. का काळजी करता? कुठे तुमची मुलेबाळे खाणारी आहेत! आहे त्या शेतीवाडीवर दोघांचे पोट कसेही भरेल; आणि आम्ही आहोतच की! तुम्ही उपाशी राहिलात, तर आम्हाला घास जाईल का?''

काकांचे समाधान झाले. असे झाले आणि एक आनंदाची गोष्ट झाली. काकांना मुलगा झाला. कधी नव्हे तो अलीकडे काकूंचा आजार दोन वर्षे सुटला होता आणि गेल्या चौदा वर्षांत घडले नव्हते ते घडले. काकांना झकास गुटगुटीत असा पोरगा झाला. पुण्यातच बाळंतपण झाले. याच वेळी मलाही मुलगी झाली. काका म्हणाले, ''माझा बंदा रुपया आहे लेका! पोरीला काय करतोस! किती वजन आहे?''

मी खाली मान घालून म्हणालो, ''साडेचार पौंड.''

''आमचा गडी आठ पौंडांचा आहे!''

त्या मुलाच्या जन्माने आजवर भोगलेले सगळे दुःख काका विसरले. काकूंचा आजार कुठल्या कुठे पळाला. काका म्हणत, ''आता काही चिंता नाही. उद्या बापू मोठा होईल आणि गाडाने पैसा मिळवील.''

हे त्यांचे बोलणे विनोदाचेच! आयुष्याच्या उतरणीवर असताना झालेला बापू केव्हा मोठा होणार होता आणि केव्हा मिळवू लागणार होता? तोपर्यंत आणखी किती रखडावे लागणार होते याची जाणीव काकांना नव्हती, असे थोडेच होते?

दिसामासाने बापू मोठा होऊ लागला. रंगाने मातीसारखे काळे, पण टणटणीत असे ते पोर बसू लागले, रांगू लागले. जोत्या-पायरीवरून बदाबद खाली पडू लागले. दिसेल ती वस्तू ओढू लागले. त्याने हे सांडले, ते पालथे केले अशा तक्रारी

काकांच्या कानावर काकू घालू लागल्या. त्याने धोतर भिजवले, नाक ओढले अशी गाऱ्हाणी काकूंकडे काका आणू लागले. गावातले लोक धाकल्या कुळकर्ण्याला खांद्यावर घेऊन फिरायला नेऊ लागले! जशी काका-काकूंना होती, तशीच अपूर्वाई सगळ्यांना होती. बिटाकाकांचा मुलगा हा सर्व गावाला कौतुकाचा विषय होता.

परवा काका बापूला घेऊन पुण्याला आले. त्या पोराला बघताच मला धसका बसला. त्याच्या हातापायांच्या काड्या झाल्या होत्या, तोंड चिमणीसारखे झाले होते आणि पोट केवढे तरी मोठे दिसत होते! लिव्हर वाढले होते, हे बघताच मला मनोमनी वाटले की, चार दिवस माया लावलेले पोर काकांना धाईधाई रडायला लावणार काय? या आजाराने माझा धाकटा भाऊ वारल्याचे मी बघितले होते. ते पोर इतके गुणी होते की, आई नेहमी म्हणे, ''हे फार गुण दाखवते आहे. जगते की जाते, कोण जाणे!''

आणि खरोखरच पुढे आजार होऊन ते गेलेही. तिकडच्या डॉक्टरचा गुण आला नाही, तेव्हा काका त्याला पुण्याला घेऊन आले. इथेही औषधपाणी झाले. मुके आणि केविलवाणे दिसणारे ते पोर सुधारले, थोडे बोलू लागले, हसू लागले. इथे किती दिवस राहायचे, असा वाद घालून काका परत गावी निघून गेले; पण बापू राहिला नाही.

जानेवारीत आम्ही घरी गेलो तेव्हा आई म्हणाली, ''काकांच्या पोराला आज जास्ती आहे रे!'' आणि जेवून उठून हात धुतो तो कुणी सांगत आले, ''चला, काकांचा मुलगा गेला!''

गेला? कित्येक वर्षांनी, नवसासायांनी झालेला बापू गेला? आता काकांपाशी कसे जावे आणि त्यांना काय सांगावे? त्यांना काय धीर द्यावा? कशी समजूत घालावी? काकांच्या घराकडे जाणे मला जमले नाही. आई, अण्णा, धाकटी भावंडेही गेली; पण मी नाही जाऊ शकलो. घराच्या पाठभिंतीला मी उभा राहिलो. 'बापू रे! बापू रे!' करून काकूंनी मारलेल्या हाका ऐकल्या. लोक समजावीत होते ते ऐकले. कुणीतरी एक बाई घाबऱ्या-घाबऱ्या तिकडून आली.

''काय करावं आता बाई! ती बाई मांडीवरचं मूल उचलूच देत नाही. त्याला हातच लावू देत नाही.'' असे अर्धवट स्वत:शीच, अर्धवट मला उद्देशून म्हणत निघून गेली. मला काही हुंदका आवरला नाही.

दोन-तीन तासांनी मनाचा धोंडा करून मी ओढ्यावर गेलो. माणसे बसली होती. एका बाजूला आपले कृश गुडघे वर करून बोडके काका बसले होते. अंगात फाटका, मळका सदरा होता. खाली जीर्ण होऊन जागोजागी चिरलेलं धोतर होतं. उभ्या आयुष्यातील आशा-आकांक्षांची राखरांगोळी होत होती, तिच्याकडे आपले खोल डोळे लावून ते बसले होते.

गणा चपलते शेजारच्या पाटलाला म्हणत होता, ''देवाचं तरी हे काय करणं झालं? चार दिवस माया लावून पोराला न्यायचं होतं, तर त्याला जन्माला तरी का घातलं? झालं नसतं पोर तरी बरं! हा शोक तरी टळला असता.''

पाटील म्हणत होते, ''बाबा रे, हे असंच आहे. यातून कोण सुटला आहे?''

आणि दु:खाच्या या जडशीळ भाराखाली वाकून काका बसले होते. आणखी वाकले तर मोडतील, इतके वाकून बसले होते!

■

१६

ग णा भ प ट्या

गणा भपट्या हा एक आडमाप माणूस होता; ताकदीने आणि मनानेही. उंचीने तो थोडासा बुटका होता, पण आडवा फार वाढला होता. त्याचा हरेक अवयव उत्तम खतपाणी मिळालेल्या झाडासारखा पोसलेला होता. त्यात त्याने लहानपणी मेहनत केली होती, भरपूर खाल्ले होते. त्यामुळे त्याचे दंड, त्याच्या मांड्या, त्याची छाती, त्याचे खांदे सगळेच कसे भरभक्कम, कठीण होते. त्याला बघताच असे वाटे की, हा माणूस बुक्कीने कुणाचेही डोस्के फोडील; पण इतकी ताकद अंगात असून कुणाशी मारामारी करण्याची बुद्धी गणाने कधी दाखविली नाही. लोकच त्याला वचकून असत. त्याची थट्टा जपून करीत. त्याची लहान-सहान आगळीक हसण्यावारी घेत. कुणी सांगावे, हा महाकाय माणूस बिघडला, म्हणजे थेट प्राणाशीच गाठ! याने सहज हात टाकला, तरी हलक्या माणसाच्या हाडाचा चुरा व्हायचा. मनात आणले, तर गावातल्या कुणाही माणसाचे पाय त्याने गुडघ्यातून काढले असते, बरगड्या काढून खुंटीला अडकविल्या असत्या; म्हणून लोक आपले त्याला वचकून असत. प्रत्येक जण आपले पाय आणि बरगड्या सांभाळून असे; पण खरोखरीच प्रसंग पडला असता, तरी गणाने असे काही केले नसते. कारण मनाने तो खुनशी नव्हता, तावीटही नव्हता. उलट तो नेहमी हसरा असायचा. कुणी एखाद्या कुत्र्याला धोंडा हाणला आणि ते केकाटत पळाले की, वाटेत थांबून तो खो-खो हसायचा. एखादे पोर पळता-पळता रप्पकन आपटले की, अगदी कमरेत वाकून तो हसायचा. एवढेच नव्हे, तर कुणाशी सहज बोलतानासुद्धा तो हसायचा. 'का रं, कुठं गेला व्हतास?' एवढे कुणाला विचारतानासुद्धा गणूला हसू यायचे. खरेतर यात हसण्यासारखे काय होते? पण या गड्याला हसू यायचे; सारखे हसू यायचे. लोक गमतीने म्हणायचे, 'त्याला सटवाई हसविते.'

त्याचे हे सारखे हसणे व ते एक वेगळीच चमक असलेले त्याचे डोळे बघून नव्या माणसालासुद्धा वाटायचे की, याला डोक्याची बाजू कमी आहे आणि हे काही तसे खोटे नव्हते. म्हणजे गणा वेडा होता, असे नव्हे; पण साधारण माणसापाशी असते ती सावधगिरी, व्यवहारज्ञान, हुशारी त्याच्यापाशी नव्हती. त्याचे आपले वागणे सरळसोट असे. म्हणूनच लोक त्याला आडमाप म्हणत, भोळसट म्हणत. कुणी वेडसरही म्हणत. भपट्या हे काही त्याचे आडनाव नव्हते, पण लोकांनी हे नाव त्याला दिले होते. भपट्या या शब्दाला तसा काही अर्थही नव्हता, पण त्या शब्दाने त्यांच्या डोळ्यांपुढे गणा उभा राही. उंचीने विशेष असलेल्या सीतारामाला ते ढंगाळा सीताराम म्हणून ओळखत. सदा घाईत असलेल्या रामाला गटगट्या रामा म्हणत; तसेच गणाला भपट्या म्हणत. त्याचे मूळचे पाटील हे आडनाव बाजूला राहून हेच आडनाव त्याला आता चिकटले होते. लोक काहीही म्हणोत, पण हा

माणूस गावात नसावा, असे काही कुणाचे मत नव्हते.

आपल्या स्वत:च्या घरात मात्र गणा अगदी नावडता माणूस होता. पाटलाचा बारदाना मोठा होता. गणूसकट पाच भाऊ होते. चारांची लग्ने झाली होती. त्यांच्या बायका, मुलेबाळे याने पाटलाचे घर गजबजलेले होते. प्रत्येक जण आपापल्या ताकदीच्या मानाने रानातले काम करीत असे आणि हा गणू मात्र काहीही करीत नसे. दोन तिथे चार वेळा भाकरी खाऊन तो कसल्याही कामाला हात लावीत नसे. हरेक जेवणाला पाच-सहा भाकरी मुरगाळाव्यात आणि निवांत उन्हाला बसावे, झाडाची गार सावली बघून झोपावे, कुठेतरी एका जागी गप्प बसून राहावे किंवा गावात हिंडावे असे करून तो वेळ घालवी. मनाची करमणूक करायला त्याला कसलीही साधी गोष्ट पुरे होई. आता एखाद्याची डोई न्हावी करतो आहे, ही गोष्ट काही विशेष आहे का? पण ते गणाला पुरे असे. सकाळच्या प्रहरी तो न्हाव्याच्या घरापाशी जाई आणि उन्हाला बसून न्हावी डोई करीत असे, ते बघत उभा राही. एक डोई झाली, दुसरी झाली, तिसरी झाली, तरी हा आपला उभा राहून बघत असे. मग न्हाव्यालाच कसेनुसे वाटे आणि तो म्हणे, "बसा की पाटील! उभं का?"

यावर रुंद जिवणी फाकून गणा गळ्याच्या घाटीपाशी हसे आणि धोतर सावरून धोंड्यावर, लाकडावर बसे. न्हावी डोई कशी करतो, ते ध्यान देऊन बघत बसे. तास-दोन तास सहज जात. हीच गत सुतारमेटावर! सुतार लाकूड कसे तासतो आहे, रंधा कसा मारतो आहे, किकरे कसे फिरवितो आहे, हे बघण्यात गणाचे तासन् तास जात. लोहारमेटावर लोहार लोखंड कसे तापवितो आहे, घण कसे मारतो आहे, धावा कशा सांधतो आहे, हे सगळे एखाद्याने गारुड्याचा खेळ बघावा तसे गणा बघत राही. कधी शाळेत, तर कधी चावडीत, कधी देवळात, तर कधी पारावर असा वेळ जाई. वाण्याचे दुकान, शिंप्याची मशीन, कुंभाराची भट्टी या सगळ्या जागी गणा जाऊन उभा राही आणि त्याचा वेळ अगदी सुरेख जाई. करमत नाही असे कधीच होत नसे आणि त्यामुळे वेळ जात नाही म्हणून तरी हा काही उद्योग करील, ही त्याच्या घरच्या माणसांची आशा फोल ठरे.

कधीकधी वैतागून मोठा भाऊ गणाला म्हणे, "आरं, रिकामा हिंडतोस, त्यापरीस उद्योग केलास तर बिघडंल का?"

उगीच हसून भसाड्या आवाजात गणू विचारी, "काय उद्योग करावा?"

"हां लेका, उद्योग कमी हाय व्हय रं घरात? मोट हाणावी, बैलं हिंडवावी, दारं धरावी!"

"बास बास. हा रानातला उद्येग एवढा मला सांगू नगंस हां! अरं, काय मिळायचं त्यात; गाजरं?"

शेतीचा उद्योग करून माणसाला पैसा मिळतो, यावर गणाचा विश्वास नव्हता

किंवा कसलेच कष्ट करून कोण कधी श्रीमंत सावकार होईल, ही गोष्ट त्याला नामंजूर होती. कष्ट करून फार तर पोटाला तुकडा मिळतो, एखादे कांबरून मिळते; बस! त्यापेक्षा जास्ती काही नाही. बक्कळ पैसा मिळवायचा, तर कष्ट करून तो मिळत नाही. ते तत्त्वच न्यारे आहे!

मग भाऊ म्हणे, "नुसतं पोतंभर गवत जरी रोज काढलंस बांधाचं, तरी बास झालं."

यावर हा-हा करून गणा हसे आणि विचारी, "आन् गवतात किरडू चावलं म्हंजे रं? तोंडाला फेस येईल आन् आंग काळंनिळं पडून गना खल्लास हुईल! अलुलू! मला कळत नाही व्हय?"

आता इतकी माणसे रोज गवत काढतात, त्यांना सापच चावतात का? तोंडाला फेस येऊन आणि अंग काळेनिळे होऊन ते मरतात का? पण हे गणाला विचारायची सोय नव्हती. त्याने एकदा घेतले की, गवत काढायला गेले की, साप चावतो म्हणजे कुणाचा देव आला तरी ऐकायचा नाही!

दुसरा भाऊ म्हणे, "मिरच्या, वांगी घिऊन बाजाराला जात जा दर आठुड्याला. काय इक्री हुईल!"

गणा म्हणे, "मी न्हाई बाबा! कुनी चालावं सान् सा बारा मैल? माझं पाय दुकत्यात."

आता हा एवढा गडी! चार ढांगा टाकल्या, तर फर्लांग गेला असता; पण गणाला चालणे मंजूर नव्हते. कुणबिकीतले कसलेच काम त्याला नको होते. कारण ते करून कुणी धनंतर होईल, गाड्याने पैसा मिळवील, माड्या-महाल उठवील, लेकरान् लेकरी जाईल एवढी कमाई करील हे शक्य नव्हते. पैसा मिळवायची ही वाट नव्हे!

अलीकडे भावांनी याबाबतीत गणाला काही विचारावयाचे सोडूनच दिले होते. जमिनीत एवढे पिकते आहे; पाखरे खातात, गुरे खातात, उंदीर खातात, त्याचे काय? त्याची जशी हळहळ आपण करीत नाही, तशीच हा खातो याचीही करू नये. केव्हा त्याच्या मनाला येईल तेव्हा कामधंदा करील; नाहीतर असाच जगेल, म्हातारा होईल, मरून जाईल. आपण विचार करू नये आणि पाचार करू नये. काय त्याच्या मनाला येईल ते करू दे! असे म्हणून त्यांनी गणाला फारिष्टातच सोडले आणि गणा आपला दोन तिथे पाच भाकरी मुरगाळून खात होता. गावात हिंडत होता, गार झोपत होता. तो जिवाला तोशीस अशी देतच नव्हता.

परंतु याचा अर्थ असा नव्हे की, गणाला काहीच करावेसे वाटत नव्हते. असे दोन वेळा जेवावे, गार झोपावे आणि एके दिवशी म्हातारे होऊन मरावे एवढीच त्याची इच्छा नव्हती. त्याचे स्वतंत्र असे गणित होते. आडमाप असला, तरी गणाला

त्याची अशी एक ईर्षा होती; आणि ती जगावेगळीही नव्हती. जे चार सामान्य माणसांना वाटते, तेच गणालाही वाटत होते. जी तुमची-आमची आहे, तीच गणाची ईर्षा होती. त्याला श्रीमंत व्हायचे होते, बक्कळ पैसा मिळवायचा होता, लग्न करायचे होते, माडीत राहायचे होते; पण हे कष्ट करून होईल, हे त्याला मुळीच खरे वाटत नव्हते. एकदम श्रीमंत व्हायचे, तर काही लग्गा नशिबानेच लागला पाहिजे, अशी त्याची खात्री. कुठेतरी गुप्त धन सापडावे, कुणीतरी बाई खूश व्हावी आणि तिने गठुळे हवाली करावे, कुणीतरी धनंतर यावा आणि त्याने दत्तक घ्यावे असे त्याला वाटत होते. असे काही घडल्याशिवाय माणूस श्रीमंत होतच नाही. आज जे-जे श्रीमंत, सावकार, पैसेवाले आहेत त्यांना पैसा असाच मिळालेला आहे. आपल्याला ठाऊक नसते, इतकेच; पण असे नशीब फळफळल्याशिवाय पैसा मिळत नाही. कुणाजवळ चेटूक असते, कुणी पितरे पाळलेली असतात, कुणाला बंगाली विद्या अवगत असते म्हणूनच त्यांना पैसा लाभतो. या जगाच्या पाठीवर जे-जे श्रीमंत आहेत, त्यांना यांपैकी काही ना काही मिळाले आणि ते मिळाले आहे म्हणूनच ते श्रीमंत झाले आहेत. एरवी पैसा ही गोष्ट मिळणे कठीण! कष्टबिष्ट, रोजगारफिजगार सगळे झूठ आहे, अशी गणा भपट्याची विचारसरणी होती आणि असे काही आपल्याकडे चालून येईल, म्हणून तो गप राहून वाट बघत होता. रात्री झोपेत एखादे स्वप्न पडेल आणि पुरलेल्या धनाची जागा समजेल, अवचित परगावची एखादी बाई येईल आणि ती गठुळे देईल, कुणी धनवान उठेल आणि आपल्याला ओट्यात घेईल, एखादा दाढीवाला मंत्र्या येईल आणि चेटूक देऊन जाईल, एखादा अवलिया येईल आणि बंगाली विद्या शिकवील, याची गणा वाट बघत होता. वर्षामागून वर्षे उलटत होती आणि असे काही घडत नव्हते.

पण गणा मोठा धीराचा माणूस होता; हुलग्याच्या वाफेचा नव्हता. तो वाट बघत होता. अहो, अशा गोष्टी धीराशिवाय घडत नाहीत. क्या खाना, तो दम खाना. दम पाहिजे. 'उतावळा नवरा आणि गुडघ्याला बाशिंग' असे उपयोगी नाही. हुरळली मेंढी आणि लागली लांडग्यामागे, असे नाही. वाट बघितली पाहिजे. दम धरला पाहिजे. गणा वाट बघत होता. कधीकधी त्याला वाटे की, काही खटपट केली पाहिजे, विद्या शिकली पाहिजे; पण ती कुठे शिकावी, कुणाकडे शिकावी, हे त्याला कळत नव्हते. मग तो आपली नुसती वाट बघत राही. कारण या कामी कुणाला विचारायची सोय नव्हती. का हो, तुम्हापाशी शेंगदाणे आहेत का, असे एखाद्या वाण्याला विचारणे वेगळे आणि का हो, तुम्हापाशी चेटूक आहे का, असे एखाद्याला विचारणे वेगळे. वाणी म्हणून एखाद्याला ओळखता येते, तो दुकानच घालून बसलेला असतो; पण चेटकाचे दुकान कुठे असणार आणि असले तरी कसे समजणार? बंगाली विद्या कोण कुठे शिकविते, हे कसे समजणार? मिळून काय,

खटपट केली पाहिजे; विद्या शिकली पाहिजे हे खरे होते; पण खटपट करा म्हणजे काय करा? कुणी गुरू तरी भेटला पाहिजे! गुरूशिवाय विद्या कुठली? गणा भपट्या वाट बघत होता आणि कुणी गुरू भेटत नव्हता. बंगाली विद्या शिकता येत नव्हती. नशीब काही पुढ्यात आणून देत नव्हते आणि स्वत: खटपट करावी, तर काही जमत नव्हते; आणि हे दोन्ही जमत नव्हते म्हणून गणा आपला वाट बघत होता. जेव्हा घडेल तेव्हा घडेल, असे म्हणून स्वस्थ बसला होता.

आणि एके दिवशी गणाला कळ सापडली. अगदी सहजासहजी त्याला गुरू भेटला. त्याचे असे झाले – गावात एक हुशार गारुडी आला. कुठून आला, कसा आला, हरि जाणे; पण अगदी आमंत्रण धाडल्यासारखा तो आला आणि मारुतीच्या देवळापुढच्या पटांगणात त्याची बासरी वाजू लागली. कुडबुडे बोलू लागले. हां-हां म्हणता पोरेठोरे जमा झाली, लोक जमा झाले. लोकांची हीऽ गर्दी झाली! तरी एका हाताने बासरी वाजवीत आणि एका हाताने कुडबुडे वाजवीत तो रिंगणातून फिरत राहिला. लोकांनी फारच गर्दी केली. गारुडी कोणता आणि गावकरी कोणते, हे ओळखू येईना, तेव्हा तो अंगाभोवती फिरायचा थांबला. मुसलमानी भाषा बोलून त्याने एक भलामोठा अजगर काढला. पडवळासारखा तो हातात लोंबता ठेवून तो ज्याच्या-त्याच्या नाकापुढे धरू लागला आणि म्हणू लागला, ''हय बच्चेलोक, हटो, हटो, पीछे हटो!''

भाषा कुणाला कळली नाही. लोक भराभर मागे सरले. लांब जाऊन बघत उभे राहिले. मग दाढीवाला गारुडी पुन्हा म्हणाला, ''इतने दूर नही, नजीक आव!''

लोक एकमेकांच्या तोंडाकडे बघू लागले. मार्तंडा मांग काही दिवस मुंबईला होता, त्यामुळे त्याला मुसलमानी भाषा येत होती. तो लांबूनच गारुड्याला म्हणाला, ''तुम ये भाषेमे बोलना नही. इधर सब म्हराटी चलता हैं!''

गारुडी हा-हा करून हसला आणि म्हणाला, ''राम राम मंडळी! असे जरा जवळ या.''

लोक म्हणाले, ''बायली, काय जात गारुड्याची! मराठी भाषा येती की याला. अशी बारा गावचं पाणी पेलेली जात. सगळ्या भाषा येत असतील गुलामाला!''

मग गारुड्याने मंडळी मनाजोगती बसवून घेतली आणि खेळ सुरू झाला. गारुड्याने साप सोडले. तोंडातून जाळ काढला. हातरुमाल जाळला आणि पुन्हा पहिल्यासारखा केला. एका लांब फडक्याला गाठी मारल्या आणि फडके नुसते झटकून त्या सोडविल्या. रिकाम्या डब्यातून कबुतरे काढली. जिलब्या-लाडू काढले. लोक अगदी खूश झाले. पोरांनी वरचेवर टाळ्या पिटल्या. गारुड्याने वरचेवर बासरी वाजविली. मोठी गम्मत उडाली. पण या सगळ्या प्रकारात गारुड्याने जेव्हा मातीचा रुपया केला, एका रुपयाचे दहा रुपये केले तेव्हा खरा चकित झाला तो गणा!

पहिल्यापासूनच तो सारखा खदखदा हसत होता; पण जेव्हा गारुड्याने ही विद्या दाखविली, तेव्हा त्याला वाटले, 'घावला रं घावला! आपल्याला गुरू घावला!' मग खेळ संपला. चवलीपावली गोळा करून गारुड्याने बारदाना आवरला आणि तो दुसऱ्या खेड्याकडे जाऊ लागला. तेव्हा गणा त्याच्या मागोमाग गेला आणि वाटेवरच त्याने गारुड्याचे पाय धरले.

गारुडी म्हणाला, "हे रं काय मर्दा?"

गणा म्हणाला, "महाराज, मला ही विद्या द्याल का?"

"कसली?"

"तुमी मातीचा रुपया केला, एक रुपयाचं धा रुपयं केलं तवाच मला कळलं की, तुमची हातचलाखी न्हाई. खरं का न्हाई?"

"खरंतर! मी वाटेल त्याचा रुपया करतो. शेणाचा, मातीचा, दगडाचा."

"अस्सं?"

"तर! तर!"

मग गणाने आपल्या गुरूला हॉटेलात नेऊन चहा पाजला. पान खायला दिले. जेवू-खाऊ घातले. दोन पायली ज्वारी घातली आणि त्याची फार विनवणी केली. महाराज, मला तुम्ही विद्या द्याच. काहीही करा, पण ही रुपये काढण्याची विद्या मला द्या, म्हणून त्या गारुड्याच्या फार मागे लागला. तेव्हा गारुडी म्हणाला, "यार, तू येडाच दिसतोय."

"काय करायचं? लोक असं म्हनत्यात. ऐकून घेणं भाग पडतं!"

"शेतीवाडीचं काम सोडून तुला ही विद्या पायजे कशाला?"

"मला बक्कळ पैसा मिळवायचा हाय गारुडी म्हाराज. शेतीत काय मिळायचं?"

"माझी विद्या शिकलास, तर बक्कळ पैसा मिळंल का?"

"आता तुमीच असं म्हटल्यावर काय करायचं?"

"मग आम्ही का गावोगाव बोंबलत हिंडतो?"

गणाला थोडका विचार करावा लागला, पण मग त्याच्या ध्यानात आलं. तो म्हणाला, "म्हाराज, तुमच्या गुरूनं सांगितलं असेल, बेटा, विद्या मिळाली, तर माजू नगंस. हरळीची मुळी खुडून खा. खरं का न्हाई?"

गारुडी हसून म्हणाला, "खरी गोष्ट."

"पर मलामातुर तुमी तसं सांगू नका हां महाराज. असा खोडा घालाल, तर मी जागीच राहीन. काय?"

"यार, तू निव्वळ खुळा हायेस!"

"असू द्या. खुळा म्हना, येडा म्हना, पर विद्या मला द्या."

मग गारुडी बोलला, "हे बग, माझ्या गुरूनं मला सांगितलंय की, ही विद्या

दुसऱ्याला दिलीस की, तू सगळं गमावशील.''

गणा घाबरून म्हणाला, ''मग हो?''

''तुला वाचायला येतं का?''

''येतं उली उली.''

''मग असं कर, एक रुपया कमरेला लाव अन् पंढरपूरला जा. तिथे बुकांची दुकानं आहेत. तिथे जाऊन या विद्यांची बुकं आण. त्यात मंत्र दिलेत, ते कर. म्हणजे तुला पैसा मिळंल!''

''मिळंल?''

''हां, जाऊ का मी?''

''जा म्हाराज.''

गारुड्याला गणानं नमस्कार केला. गारुडी निघून गेला.

मग गणा पुढच्या खटपटीला लागला. उसनापासना करून त्याने रुपया मिळविला आणि पाठीशी भाकरी बांधून तो पायी तीस मैल चालून पंढरीला आला. बुकांची दुकाने त्याने धुंडून काढली आणि 'इंद्रजाल' हे पुस्तक घेऊन तो तडातापडीने माघारी आला.

आल्यासरशी त्याने झाडाखाली बसून बुक उघडले आणि जिभेचा शेंडा वरचेवर नाकाला लावीत, डोळे बारीक-मोठे करीत पहिला मंत्र वाचला :

''शनिवारी सकाळी उठून रानात जावे. अस्सल नाग-नागिणी जुगत असताना ती जोडी मारावी. एखादी पवित्र नदी बघून नाग एका तीरावर आणि नागीण दुसऱ्या तीरावर पुरावी. नंतर सात दिवसांनी जाऊन प्रथम नागाची जागा उकरावी. तिथे रुपया सापडेल. नंतर नागिणीची जागा उकरावी. तिथे अधेली सापडेल. ही दोन्ही नाणी घरी घेऊन यावीत. ती अशा रीतीने ठेवावीत की, अधेलीची रुपयाशी गाठ पडू नये. मग रुपयाकडे रुपया येत राहील आणि अधेलीकडे अधेली येत राहील. लागेल तेवढा पैसा मिळेल.''

हे वाचून होताच गणा म्हणाला, ''अरं तिच्या बायली! अशी भानगड हाय का? रुपयाकडं रुपया येतो अन् अधेलीकडे अधेली! पर दोनींची गाठ पडू द्याची न्हाई. म्हंजे? हे जमावं कसं? रुपया कमरंला आन् अधेली खिशात ठेवली तर? इतक्या शेजारी-शेजारी ठेवून भागायचं न्हाई. दोन्ही कधी ना कधी डोळा चुकवून मिळतीलच. त्याचा काय नेम? दोघांना लांब ठिवलं पायजे. एक ह्या तिकडं आन् दुसरी थ्या हिकडं. रुपया जवळ बाळगावा आन् अधेली लांब कुठं रानात पुरावी. पुष्कळ अधेल्या तिच्याभवती जमल्या, चांगल्या पोतंभर जमल्या म्हंजे उकरून आणाव्यात आन् पयली, म्हंजे मुळातली अधेली तिथंच ठिवावी. पर ती अमुकच म्हणून कशी बरं वळकावी? आं? घोटाळाच की! चुकून दुसरी अधेली राहिली, तर तिच्याकडे

कशा अधेल्या येणार? काय तरी खूण करून पुरावी का अधेली? दगडानं ठेचावी. पर ठेचल्या अधेलीकडे ठेचलेल्याच आल्या तर? त्या चालायच्या कशा? बाइली, तिढाच हाय सगळा!''

उन्हाला बसून गणाने पुष्कळ विचार केला, पण अधेली आणि रुपया एकमेकांची गाठ न पडता कसा ठेवावा, हे गणित त्याला सुटेना. निरनिराळ्या दिशेने त्याने विचार केला. फटदिशी लग्न करून टाकावं आणि अधेली आपली बायकोपाशी ठेवावी; रुपया आपल्यापाशी ठेवावा हा विचार त्यातल्या त्यात बरा वाटला. पण त्यातही घोळ होता. रुपयाकडं रुपया येऊन पैसा झाल्याशिवाय लग्न कसे करणार? आणि तोपर्यंत थांबायचे तर अधेली कुठे ठेवायची? गणाचे डोके अगदी फिरून गेले. 'कमरेला रुपया आणि खिशात अधेली, हेच सगळ्यात कमी धोक्याचे. दोन्ही नाणी आपल्याजवळ राहतील, गमावणार नाहीत; चोरीला जाणार नाहीत. पण त्यात धोका हा की, फार जवळ असल्यामुळे एखाद्या वेळी दोन्ही मिळण्याचा संभव फार. रुपया तरी अधेलीकडे जाणार, नाहीतर अधेली तरी रुपयाकडे येणार. काय करावे?' काही सुचेना, तेव्हा प्रथम नाणी मिळवू आणि मग काय करावयाचे ते ठरवू, असे म्हणून त्याने विचार करणे सोडून दिले. नाग आणि नागीण कुठे असतात, या शोधाला तो लागला.

पहिल्या तडाख्याला त्याने आपल्या भावाला विचारले, ''दादा, अशील नागाची जोडी कुठं मिळंल बरं?''

''कशाची जोडी?''

''नागाची. नाग अन् नागीण अशी जोडी. दुसरी-तिसरी चालणार न्हाई!''

भाऊ चकित झाला. कामधंद्याला बैलाची जोडी पाहिजे असते; पण हा माणूस नागाची जोडी कशाला विचारतोय?

''आं लेका, गारुडीफिरुडी होतूस काय?''

''छ्या! पर सांग की कुटं मिळंल ते!''

''पर तुला पायजे कशाला?''

'ही भानगड भावाला सांगितली तर सगळाच घोटाळा! चारी भाऊ वाटणी मागायचे.'

गणा म्हणाला, ''न्हाई, आपलं तुला इचारलं. मला ठावं न्हाई म्हणून.''

''चमत्कारीच मानूस हायेस तू गना. नागाबिगाच्या मागं लागू नगंस. नागाची जोडी माणसानं बघितली की, जोडीच्या जोडी अंगावर धावून येती. आन् नर-मादी मिळून दोन्ही पायाच्या धोंडशिरंला चावत्यात. लागलीच मानूस मरतो.''

''असं का?''

''हां तर!''

“आन् आपण नजर चुकवून त्येच्या टकुऱ्यात धोंडा घातला तर?”

भाऊ बघतच राहिला. गवत काढायला जा म्हटल्यावर किरडू चावेल म्हणून अलुलू करणारा गणा हे काय बोलतोय?

“गणा, तू भांग पिलीयास का गांजा वडला हायेस?”

“या दोनीतलं एकबी माज्या जन्माला ठावं न्हाई.”

“मग लेका, असं का तरकल्यागत बोलतुयास!”

“आरं, उगाच आपलं इचारलं रं! ठावं नसलं तुला, तर सोड!”

मग नाग-नागिणीच्या पाळतीवर गणा रानमाळ धुंडू लागला. रोज सकाळी न्याहारी करून बाहेर पडावे आणि गचपणातून वारुळे बघत हिंडावे, असा त्याचा क्रम सुरू झाला. महिना-दोन महिने तो असा रानांतून हिंडला. जाऊ नये त्या जागी गेला. एक-दोन वेळा त्याला पडक्या विहिरीत धामीण नजरेला पडली. ओढ्याकाठी विरोळा नजरेला पडला, पण नाग काही दिसेना. तरी गणाने चिकाटी सोडली नाही. तो हिंडत राहिला. महिन्यांमागून महिने गेले आणि एके दिवशी जंगलात त्याला नाग-नागीण एकत्र आढळली.

हिरव्याचार हिरवळीवर ती दोन्ही जनावरे फणा काढून एकमेकांकडे बघत होती. त्यांच्या जिभा वरचेवर बाहेर येत होत्या. शेपट्या वळवळत होत्या. मस्त होऊन ती डुलत होती, फणा उंचावत होती, खाली घेत होती, एकमेकांवर झेपावत होती. शेजारच्या झाडावर पाखरे ओरडा करीत होती. आभाळात तरंगत कावळे कोकलत होते. मग एकाएकी नागांची मिठी पडली. त्यांच्या लांबसडक अंगाचा दोर वळला. दोन्ही जनावरे एकत्र झाली. सकाळच्या उन्हात त्यांची रुपेरी अंगे लखाखू लागली.

श्वास रोधून बघत असलेला गणा झाडाआडून त्वरेने पुढे झाला आणि हातातला मोठा धोंडा त्याने दोघांच्या डोक्यावर घातला. सटासट गुंफण सुटली. जमिनीवर शेपटे सडासड आपटली. खालचा धोंडा उचलून गणाने पुन्हा एकाएकी नागाच्या डोक्यावर हाणला. नागांची तोंडे चेचून गेली. बराच वेळ त्यांची शेपटे वळवळली. हिरवळीवर लाल रक्ताचे बारीक ओघळ ओघळले.

ती गुळगुळीत, सळसळीत नागजोडी गणाने उचलून घेतली आणि तो भराभरा चालू लागला. रानातून, पिकांतून, काटेकुटे तुडवीत नदीच्या दिशेने चालू लागला. त्याने अवघड काम ते केले होते. आता फार वाट बघायची नव्हती. फक्त एक आठवडा. एक आठवडा गेला की, जाऊन उकरायचे होते आणि रुपया-अधेली घेऊन घरी यायचे होते. त्या दिवसापासून पैशांची पिशवी भरायला सुरुवात होणार होती. रुपयाकडे रुपया आणि अधेलीकडे अधेली! पिशव्या भरा, पोती भरा, घर भरा पैसाच पैसा! लगीन करा, जमीन घ्या, माडी बांधा. अहो, बाईसुद्धा ठेवा! काय हरकत आहे? एक का, मनाला आल्या तर दहा ठेवा! मजाच करायची म्हटल्यावर

काय? आणि पैसा असल्यावर ती माणसाने का करू नये? कोण करीत नाही? सगळे करतात. पैसे असलेले लोक हेच करतात. त्यांनी दुसरे काय करायचे?

नदीच्या ऐलतीरावर त्याने नागिणीला पुरले. खुणेसाठी एक भला धोंडा वर ठेवला. पैलतीरावर नागाला पुरले. खुणेसाठी मोठा धोंडा ठेवला आणि हात झाडून गणा भपट्या गावाकडे परत आला.

आल्या-आल्या त्याने वाण्याकडून एक विडीचा पुडा खरेदी केला आणि तो वाण्याला म्हणाला, "पैसे मांडा खात्यावर."

"छे! छे! पाटील, उधार नाही. पुडा ठेवा!"

"अरं, काय तुजी मिजास वाणगटा! दुकानाची किंमत सांग की! घेतो."

"आं?"

"तोंड वासून बघतोस काय? आठवड्यानं ये, पैशात पुरतो तुला!" वाणी तोंड उघडे करून बघत राहिला आणि गणा विडी ओढत झाकीने चालू लागला. त्याला आता कुणाची पर्वाच नव्हती.

हॉटेलात येऊन त्याने ऑर्डर सोडली. चहा, चिवडा, पेढे, लाडू मागवले.

मालक म्हणाला, "पाटील, पैशे हो?"

गणा बोलला, "अरं गप! तुज्यासकट हाटेल इकत घीन. तू काय समजलास?"

"आज काय निशापानी केलीये काय?"

"आज न्हाई; आठवड्यानं तुला पाजीन, गावाला पाजीन!"

"अहो, झालंय काय तुम्हाला?"

"काय झालेलं न्हाई. आत्ता हाटेलात बसलेत त्या सगळ्या लोकास्नी चहा दे, खायला दे. पैसे आठवड्यानं!"

गणाच्या या बोलण्याने हॉटेलवाला सर्द होऊन गेला; पण त्याला नाही म्हणण्याची त्याची छाती झाली नाही.

गणानं आठवडाभर गावात धमाल उडवून दिली. एकाएकी या माणसाला पैसे कुठून मिळाले असावेत, या विषयी गावभर तर्क सुरू झाले. सर्वांच्या मताने असे ठरले की, याला कुठेतरी सोन्याचा हंडा सापडला आहे. सोने मोडून घ्यायला आठवडा लागणार आहे. येडाबागडा होता; पण त्याची काळजी देवाला होती. त्याला नशिबाने हात दिला. मग लोक गणापाशी येऊन लाळ घोटू लागले. भाऊ त्याच्याशी आपुलकीने वागू लागले. भावजया त्याला गोडधोड घालू लागल्या. सगळे जण आठवडा केव्हा संपतोय याची वाट पाहू लागले.

आठवडा संपला. संपता-संपता एक जोराचा पाऊस पडला. दिवसभर आणि रात्रभर धोधाट पाऊस पडला. सकाळी उघडीप झाली तेव्हा चिखल तुडवीत गणा नदीकडे आला आणि खुणेचे दगड बघू लागला. कशाचाच पत्ता लागेना. नदीला

तुफान पूर आला होता आणि काठ सोडून नदी अलीकडे आली होती. झाडेझुडपे वाहून गेली होती. गाळ भरला होता. दलदल झाली होती!

गणाने वरचेवर हात चोळले, वरचेवर तो चुकचुकला, "अरारा, पावसानं घोटाळा केला. रुपाया-अधेली वाहून गेली. देवानं दिलं, ते कर्मानं नेलं!"

झाल्या गोष्टीला दोन दिवससुद्धा उलटले नाहीत. गणाने धीर सोडला नाही. पुन्हा त्याने पुस्तक काढून वाचले :

"अमावस्येच्या दिवशी संध्याकाळच्या वेळेला गावापासून चार फर्लांग लांब, वाटेवर बसावे. या वेळी रानातून शेळ्यामेंढ्या, गुरे परत गावाकडे येत असतात. अशा वेळी एडक्यावर बसून भैरवनाथ येतो. हुशारीने त्याची टोपी काढून घ्यावी आणि ती घट्ट धरून ठेवावी. भैरवाने टोपी दे म्हटले की, आपण आपल्याला पाहिजे ते – पैसाअडका, इच्छित स्त्री, स्थावर व जंगम इस्टेट वगैरे मागून घ्यावे. मागितले ते हाती पडले तरी टोपी देऊ नये. पुन्हा पाहिजे ती गोष्ट मागावी. जोपर्यंत टोपी तुमच्यापाशी आहे तोपर्यंत तुम्हाला काही कमी पडणार नाही."

नागाची जोडी मारण्यापेक्षा ही सोपी गोष्ट होती. गणाला वाटले, 'हेच आपण प्रथम का केले नाही? यात काही भानगड नाही. संध्याकाळी निवांत गावाबाहेर जाऊन बसायचे आणि एडक्यावर बसून भैरवनाथ आला की, त्याची टोपी हिसकावयाची. आता तो थोडी दंगामस्ती करील, हाणील-मारील; होय-नव्हे होईल, पण तेवढे होणारच. अहो, सगळेच फुकट कसे मिळणार? तरीही हे काम सोपे आहे. नागासारखे भारी नाही. वणवण हिंडणे नाही, जिवाला तसा धोका नाही; नुसती भैरवनाथाची टोपी घ्यायची!'

आणि नेहमीप्रमाणे अमावास्या आली. संध्याकाळच्या सुमारास गणा गावाबाहेर जाऊन बसला. दिवस मावळायला गेला होता. गुरे परतत होती. शेरडे परतत होती. दडून बसून गणा बारकाईने बघत होता. भैरवनाथ कसा ओळखायचा, हे त्याला कोडे होते; पण तो पायी चालत नाही, ही गोष्ट बरी होती. गुराशेरडांमागून बरेच लोक आले आणि गणाच्या समोरून गेले. यात कोणी भैरवनाथ नव्हता. कारण ते सगळे पायदळ होते, एडक्यावर कोणी बसले नव्हते. भैरवनाथ दुसऱ्या माणसाचे रूप घेऊन येतो, असे पुस्तकात लिहिले नव्हते. गणाच्या ओळखीचीच माणसे जात होती; पण त्यात भैरवनाथ नव्हता. कारण बहुतेकांच्या डोक्यावर पटके होते. टोपी अशी कुणीच घातली नव्हती. त्यामुळे ओळखीच्या माणसाचे रूप घेऊन एडक्यावरून खाली उतरून भैरवनाथ जातो आहे, असेही म्हणण्याची सोय नव्हती. हळूहळू अंधार पडला. लोकांची रहदारी बंद झाली. डोळ्यांत बोट घातले तरी दिसेना. गणा जागचा उठला आणि अगदी वाटेवर येऊन बसला. कारण आताच खरी वेळ होती. याच वेळेला भैरवनाथाचा एडका सपाट्याने जाणार होता. गणा नीट सावध बसला.

भैरवनाथाची चाहूल आली की, तो अंगावर उडी घेणार होता आणि टोपी हिसकणार होता. नाथानं कितीही चलाखी केली, तरी ही गोष्ट केल्याशिवाय मात्र गणा राहणार नव्हता. नाथाचे बळ कितीही असले, तरी गणा हातातली टोपी सोडणार नव्हता; पण टोपी हातात आल्यावर शेंडी हातात आल्यासारखीच होती. मग नाथाच्या अंगात बळ कुठले? आणि नसल्यावर तो झटापट करणार होता कशाला?

एकाएकी खाकरल्याचे ऐकू आले आणि एडक्याची पावले वाजली. डोळे मोठे करून बघताच समोरून काळ्याभोर एडक्यावर बसून भैरवनाथ येताना दिसला. त्याच्या मागे आभाळ होते, त्यामुळे त्याचे डोके आणि त्याने घातलेली गोंड्याची टोपी दिसली. मग गणा जोराने पुढे झाला आणि त्याने उडीसरशी भैरवनाथाची टोपी हिसकली.

एडक्यावरून भैरवनाथ खाली उतरला आणि म्हणाला, "कोन हाय?"

गणा म्हणाला, "मी गणा आहे. टोपी देनार न्हाई!"

"छ्या छ्या, टोपी दे. मला जायाचं हाय!"

"देतो, पर मी मागंन ते दिलं पायजे!"

"काय?"

गणाला मघापासून विडीची तलफ आली होती. तो म्हणाला, "पयली विडी काढ!"

भैरवनाथाने मुकाट्याने विडीकाडी दिली. गणा मनात म्हणाला, 'बघा कसा गुण हाय! दे म्हनलं ते देतोय! बरा घावलास गब्रू! थांब, अजून काय मागितलंय मी तुला!' गणाने दोन झुरके मारले. जरा बरं वाटलं. टोपी त्याने बंदोबस्ताने पोटापाशी खोचली होती. भैरवनाथाच्या कानाला गारठा लागू लागला.

गणा म्हणाला, "भैरवनाथ, तुमी न्हाई का वडत?"

भैरवनाथ म्हणाला, "मला नको. जाऊ दे मला. टोपी दे."

गणा हसून म्हणाला, "पैसं काढा."

"पैशे?"

"हां हां. त्याशिवाय टोपी न्हाई मिळणार."

"किती?"

"रुपाय हज्जार पायजेत ह्या घटकंला. मग पुन्हा बघू!"

भैरवनाथ कळवळून म्हणाला, "इतकं पैसं माझ्यापाशी कुठलं? बारा आणे हायेत, तेवढं देतो."

गणाला वाटले, बेताबेताने घ्यावे. बारा आणे तर बारा आणे; आपल्याला काय! टोपी नाही सोडली म्हणजे झाले!

भैरवनाथाने बारा आणे दिले. न मोजता ते गणाने कमरेला लावले आणि तो

म्हणाला, "सोनं दे दहा तोळे."

भैरवनाथाने मघाच याला जोखला होता. विडी मागणारा आणि बारा आणे घेणारा हा वाटमाऱ्या काही खरा नाही, हे त्याला कळून चुकले होते. माती उकरण्यासाठी बरोबर घेतलेली गाढवाच्या पाठीची कुदळ त्याने हलक्या हाताने काढली आणि बघता-बघता गणाच्या टकुऱ्यात तुंबा हाणला. तोडल्या झाडासारखा गणा खाली पडला. भैरवनाथ कुंभाराने आपली टोपी काढून घेतली आणि बोंब होण्याच्या आत निसटावे, म्हणून तो गाढवाला टाच मारून आपल्या गावाकडे निघून गेला.

सकाळी गावात ओरडा झाला. गणा पाटलाला मारून कुणीतरी पांदीत टाकलाय, अशी बोंब झाली. चारी भाऊ धावले. त्यांनी पालखी करून गणाला घरी आणले. जखम बांधली, वारा घातला, पाणी पाजले. थोरल्या भावाने विचारले, "गणा, तुला कुणी हाणलं?"

गणा काही बोलला नाही, पण तो खिशात काहीतरी हुडकत होता.

"गणा, तंबाखू पायजे का?"

गणाने मान हलवून नको म्हटले.

"मग काय बघतोस खिशात?"

खिशातले बारा आणे काढून ते भावाला दाखवून गणा म्हणाला, "माजी ताकद कमी पडली रं! न्हाई तर बराबर टोपी हाणली होती. हे बघ, भैरवनाथानं बारा आणं दिल्यात. पर दादा, भैरवनाथाची ताकद भारी! असला मी; पर एका रट्ट्यात त्यानं खाली निजिवला!"

भावाला काही कळलं नाही. हा बरळतोय, म्हणून त्याने सोडून दिले. गणाला ताप चढला. जखमेत पू झाला. महिना-पंधरा दिवस गणा भपट्या अंथरुणावर पडून राहिला.

थोडा बरा होताच त्याने पुस्तक काढले आणि उन्हाला बसून तो पुन्हा वाचू लागला :

"कुकुडकुंभा हा पक्षी पाण्याशेजारी आणि वेळूच्या बेटात राहतो. तो बाहेर गेल्याचे बघून त्याच्या घरट्यात सालवृक्षाच्या काटक्या टाकाव्यात. त्या काटक्या कुकुडकुंभ्याची पिले चोचीने उचलून पाण्यात टाकतील. त्यातील जी काडी पाण्यावर तरेल, ती घरी आणावी. काडी ज्या वस्तूस लावाल, ती सोन्याची होईल!"

आजारीपणाने खंगलेला गणा म्हणाला, "अरं तिच्या बाइली! हेबी बरं हाय की! काडी लावली की सोनं! घर सोन्यानं भरंल. दहा-बारा सराफकट्टं आपल्या मालकीचं होतील."

मग तो दारापाशी जाऊन म्हणाला, "दादा, कुकुडकुंभा पक्षी कसा दिसतो बरं?"

■

www.ingramcontent.com/pod-product-compliance
Lightning Source LLC
Chambersburg PA
CBHW060818250626
47162CB00005B/1842
* 9 7 8 8 1 8 4 9 8 3 6 3 0 *